HOA RƠI TỈNH THỨC
TẬP II

NXB VĂN HỌC MỚI
2025

THƯ NGỎ

Hoa Rơi Tỉnh Thức

Kính bạch chư Tôn đức Tăng Ni, cùng toàn thể quý Phật tử gần xa,

Trong dòng chảy vô tận của cuộc đời, có những khoảnh khắc mà tâm hồn khát khao được sự lắng đọng, tìm về được chốn thanh tịnh. Giữa bộn bề lo toan, giữa những âm thanh xô bồ của thế gian, chúng ta thường kiếm tìm một không gian yên tịnh để hít thở thật sâu, thoát ly trong chốc lát đời sống dung tục bên ngoài cho tâm trí tỉnh táo rộng mở hầu đón chào ánh sáng của trí tuệ rọi soi.

Cuốn sách "Hoa Rơi Tỉnh Thức" ra đời trong tâm nguyện ấy, một đóa sen nở giữa bùn lầy, mang theo hương thơm thanh khiết phảng phất thiền vị, nhẹ nhàng lan tỏa đến mỗi tâm hồn đang khao khát kiếm tìm sự bình an.

Cuốn sách này là sự hội tụ bén duyên lành của sáu cây bút : Trịnh Y Thư, San Phi, Vũ Hoàng Thư, Hoàng Xuân Sơn, Hà Nguyên Du, và Tiểu Lục Thần Phong. Mỗi tác giả như một bông hoa, mang một sắc hương riêng biệt, nhưng tất cả cùng chung một cội rễ, một nguồn mạch dòng chảy của thiền quán. Mỗi ý thơ, văn, hay truyện, trên từng trang viết đều là một tiếng vọng từ sâu thẳm tâm hồn, dẫn chúng ta, khám phá những tầng lớp vi tế của cuộc sống, về thực tại vô thường, và khổ đau của cuộc đời, tính không và vô ngã của vạn pháp.

Thiền không phải là một điều gì đó xa vời, huyền bí, chỉ dành cho những bậc chân tu ẩn dật nơi núi sâu. Thiền chính là hơi thở, là bước chân, là cái nhìn, là sự lắng nghe của mỗi người chúng ta trong từng khoảnh khắc. Thiền nhắm đến cách sống tỉnh thức, nhận biết rõ ràng mọi thứ đang diễn ra, cả bên trong và bên ngoài, với một tâm thái bình thản. Và chính trong

"Hoa Rơi Tỉnh Thức", quý Phật Tử sẽ cảm nhận được Thiền tính trong từng câu chữ. Mỗi tác giả trong tập sách này mang đến một góc nhìn, một trải nghiệm riêng rẽ về Thiền, nhưng cùng chung mang một sắc thái hài hòa. Đầy ắp thiền tâm và đạo vị.

Trịnh Y Thư, sở hữu một phong cách thơ mạnh mẽ và trực diện. Với ngôn ngữ gợi cảm, thơ ông thoát ly khỏi hiện thực để khám phá thế giới tiềm thức, giấc mơ và những ám ảnh. Ông đi thẳng vào cốt lõi Thiền, đưa ra những lời nhắc nhở sắc bén mang sắc thái siêu thực và trầm tư. Với nội tâm sâu sắc, chiêm nghiệm về cuộc đời, tồn tại và sự hủy diệt, giúp chúng ta vượt thoát khỏi chấp trước. Thơ ông như tiếng chuông thanh nhẹ nhưng day dứt có khả năng lay động những chiều sâu vi tế nhất của tâm hồn

San Phi, lại mang đến những vần thơ, câu văn nhẹ nhàng, đôi khi phảng phất chút u hoài nhưng luôn thấm đượm chất Thiền và sự Tỉnh Thức trong cách nhìn nhận mọi vật. Tác phẩm của San Phi như những cánh hoa rơi lặng lẽ, mỗi cánh hoa là một thông điệp về sự buông bỏ, về cái đẹp của sự vô thường và sự an nhiên tự tại.

Vũ Hoàng Thư, với bút pháp tinh tế và sâu sắc, khéo léo lồng những suy tư sâu lắng về lẽ vô thường, kiếp người phù du, và sự tồn tại tạm bợ trong cõi trần, ẩn chứa một tia sáng của sư giác ngộ. Ngôn ngữ hàm súc gợi mở những triết lý sâu xa, một khả năng cảm nhận và truyền tải ý niệm triết học tinh tế. Thơ, văn của ông như một dòng suối gột rửa bụi trần, mang tâm hồn tìm về trạng thái ban sơ.

Hoàng Xuân Sơn, với giọng thơ trầm lắng, chiêm nghiệm, dẫn dắt người đọc vào những cuộc hành trình khám phá nội tâm, đối diện với chính mình. Những chiêm nghiệm của ông về cuộc đời, về khổ đau, luôn được nhìn dưới lăng kính của Thiền, cố gắng mở ra những con đường giải thoát cho tâm hồn.

Hà Nguyên Du, lại vẽ nên những bức tranh bằng ngôn từ,

thấm đẫm chất Thiền qua những hình ảnh gần gũi, đời thường. Ông cho thấy Thiền không phải là điều gì đó cao siêu, mà hiện hữu ngay trong từng chén trà, từng làn gió thoảng, từng tia nắng mai. Tác phẩm của ông giúp chúng ta tìm thấy sự an lạc trong những điều nhỏ bé nhất.

Cuối cùng, Tiểu Lục Thần Phong mang đến một làn gió tươi mới, với những cảm nhận Thiền đầy tính hiện đại, gần gũi với người trẻ nhưng vẫn giữ được chiều sâu của Phật pháp. Ông thể hiện Thiền không bằng đường lối khô khan, giáo điều, mà là một lối sống năng động, tươi vui, mang lại sự bình yên trong mọi hoàn cảnh.

Tập hợp những tiếng nói riêng biệt này, "Hoa Rơi Tỉnh Thức" là một món quà tinh thần mà sáu tác giả cùng nhau thành tâm dâng lên chư Tôn đức Tăng Ni và toàn thể quý Phật tử. Với chút chữ nghĩa thô thiển , chúng tôi chỉ mong muốn gửi gắm đến quý vị những cảm nhận Thiền định với hy vọng có thể chạm đến sâu thẳm tâm hồn mỗi người.

Chúng tôi tin rằng, khi mở từng trang sách này, quý phật tử sẽ không chỉ tìm thấy những vần thơ hay những đoạn văn, mà còn tìm thấy chính mình trong đó. Cảm nhận được sự tĩnh lặng, sự buông xả. Với mong muốn mỗi câu chữ đều là một hạt giống, gieo vào mảnh đất tâm thức, để rồi một ngày nào đó, những hạt giống ấy sẽ nảy mầm, đơm hoa kết trái, mang lại sự an lạc.

Mong cho tập sách "Hoa Rơi Tỉnh Thức" sẽ trở thành người bạn đồng hành trên con đường Thiền Tịnh, là nguồn cảm hứng để mỗi người chúng ta sống một cuộc đời tỉnh thức hơn, ý nghĩa hơn, và trọn vẹn hơn. Xin nguyện cầu phước lành, mọi điều thiện nguyện trong cuốn sách này sẽ được hồi hướng đến tất cả chúng sinh, cầu mong thế giới an bình, Phật pháp xương minh.

San Phi
Sài Gòn ngày 26 tháng 7 năm 2025.

TRỊNH Y THƯ

Trịnh Y Thư, tên thật Trịnh Ngọc Minh, sinh ngày 11 tháng 2 năm 1952 tại Hà Nội. Theo gia đình di cư vào Nam năm 1954. Lớn lên ở Sài Gòn. Năm 1970 sang Mỹ du học, và sau khi tốt nghiệp, làm việc trong ngành điện tử viễn thông cho đến khi về hưu năm 2018. Viết văn, làm thơ, dịch. Nguyên chủ bút tạp chí *Văn Học* (California). Từ năm 2021 đảm nhiệm chức vụ chủ bút tuần báo Việt Báo Weekly News, đồng thời chăm sóc cơ sở xuất bản *Văn Học* Press. Ngoài các sinh hoạt văn chương, Trịnh Y Thư còn là một cầm thủ ghi-ta cổ điển, và sáng tác nhạc gồm những tấu khúc cho piano, ghi-ta, và một ít ca khúc lời Việt.

Tác phẩm dịch đã xuất bản:

Đời nhẹ khôn kham (The Unbearable Lightness of Being), tiểu thuyết của nhà văn Pháp gốc Tiệp Milan Kundera; ấn bản I, tạp chí *Văn Học* (California), 2002; ấn bản II, Nhã Nam & NXB Hội Nhà Văn (Hà Nội), 2018.

Căn phòng riêng (A Room of One's Own), tiểu luận văn học của nữ sĩ Virginia Woolf; ấn bản I, 2009 & ấn bản II, 2016, Tri Thức (Hà Nội); ấn bản III, 2023, Văn Học Press.

Jane Eyre, tiểu thuyết của nữ sĩ Charlotte Brontë, Nhã Nam

& NXB Văn Học (Hà Nội), 2016.
Gặp gỡ với định mệnh, tuyển văn dịch nhiều tác giả, Văn Học Press, 2020.
Tập sách cái cười & sự lãng quên (The Book of Laughter and Forgetting), tiểu thuyết của nhà văn Pháp gốc Tiệp Milan Kundera, Văn Học Press, 2021.

Sáng tác đã xuất bản:

Người đàn bà khác, tập truyện; ấn bản I, Song Thúy Bookstore & NXB Thế Giới (Hà Nội), 2010; ấn bản II, Văn Học Press, 2024.
Chỉ là đồ chơi, tạp bút; ấn bản I, tạp chí Hợp Lưu, 2012; ấn bản II, Văn Học Press, 2019.
Phế tích của ảo ảnh, thơ, Văn Học Press, 2017.
Theo dấu thư hương, tạp luận, Văn Học Press, 2022.
Đường về thủy phủ, tiểu thuyết, Văn Học Press, 2024.
Văn chương, Nghệ thuật & Những điều khác, tạp chí Ngôn Ngữ, ấn bản đặc biệt TYT, 2024.

Hiện định cư tại California, Hoa Kỳ.

email: trinhythu2000@yahoo.com
trinhythu@gmail.com
Facebook: Van Hoc Press

TRỊNH Y THƯ
Phế tích của ảo ảnh

Thốt nhiên tôi quay về hướng mặt trời
một ngày thoát thân – xác quạ lót đường đi
những đám mây tích vô tích sự
dửng dưng với bầu trời xanh
bất chợt một góc trời điêu hao thành lũy
giữa muôn trùng cảnh lạ bến nước bủa giăng.

Tôi chờ đợi một tiếng kêu bẳn bặt thổ ngơi
ẩn nhẫn như cơn mộng oan khiên phong vận
thoát thai thành một nghĩa cử tầm thường
bốn phía trời căm dù hờn tủi cũng đành.

Trăm lần như một tôi không có chọn lựa nào
hiện hữu những cơ ngơi ảo hoặc thánh hóa
định vị bởi khí hậu nhiệt đới không lối thoát
như một kẻ hành hương lạ thất lạc
trong ngôi đền không có nổi một lư hương.

Đứng dưới rượng hoa già ký ức tràn về khiển trách
không không tôi không chấp nhận
lời nguyền rủa ấy xin đừng trút lên tôi
một mai làm người tôi sẽ gửi lời thâm tạ
như lá chúc thư trần tình cho phiên bản cuối.

Dù tôi biết mình không còn chỗ chạy
không cả một tòa án giả hình
thu hẹp trong vòng tròn định mệnh
trên cả những giao ước biển lận trớ trêu.

Chiều đã xuống quảng trường nhức nhối lói

cho tôi xin một hồi chuông
để làm gì tôi chẳng biết
xung quanh người đeo mặt nạ hóa trang
ban nhạc luân xướng hân hoan
bước lên đoạn đầu đài
cử chỉ khinh mạn của gã ôm lưỡi hái
khiến tôi thèm một nụ hôn cuối và bữa tiệc giã từ.

Những âm hồn rỉ rén trở về – không không
đây không phải chỗ cho các ngươi khiếu oan
ôi thật kinh khiếp thế chỗ những cảm xúc chết
là ký ức của cảm xúc hoen quẹn da non.

Người con lịch sử khuôn mặt ngươi ở đâu
sau tấm biển quảng cáo nịt vú đàn bà
hay bên kia rừng trảng thâm u
bên dưới những nấm mồ oan khốc.

Vẫn biết sự thật là tiếng vọng thiên thu
nhưng hãy cho tôi hòa giải
bởi cuộc chiến với ký ức
là cuộc chiến với sự lãng quên.

Ký ức như mộ phần người chết
hãy để nó vĩnh viễn nằm dưới đáy ngục sâu
đào lên chỉ thấy toàn hồn ma
và xương xẩu kinh người.

Trong bóng tối ta chẳng tìm thấy nhau

Phủ quanh bóng tối của tình yêu
    vết lắng ngẩn ngơ cơn mê
    hơn một lần run sợ tiếng gõ của
    định mệnh trên nỗi hoang vu ngập đắm.

Hồn lạnh không nhớ đâu bờ bến

tôi đốt cháy tháng ngày còn lại
những bước ngập ngừng
bóng chiều xập xoạng
ngoảnh nhìn vết tích
bao phế hưng hôn ám
trôi dần về bóng thẳm xa xăm.

Trong nỗi hoài nghi tôi yêu người
mãi mãi đấy là điều bí ẩn
giấu trong cơn mê say đắm đuối
nỗi hoang mang của kẻ tội đồ.

Sự thinh lặng của cõi không ùa về
tôi đứng nhìn biển xanh
lòng u hoặc trăm điều không tỏ
chiều u uẩn biển u hoài bưng kín
sóng vỗ dưới chân rầm rì
như tiếng vọng nghìn năm.

Dầm mình trong khói sương thần thoại
bóng tối che ngang
phía bên kia chân trời nào còn lại
mỗi lúc mỗi xa quá lối về.

Bơ vơ tháng ngày mưa nhanh
thu vén những mảnh đời vụn vỡ
ta còn gì cho nhau
ngoài ánh mắt khoan dung
như lần chia tay trên đồi cát.

Hoàng hôn rồi cũng xuống
trong bóng tối ta chẳng tìm thấy nhau
chợt một hôm hóa thân cát bụi
gió tê xao xác cõi ngoài.

Rèm cửa sổ mùa đông

Rèm cửa sổ suốt mùa đông không mở
cho tôi nằm ngắm nhìn em trang điểm
    trước tấm gương tròn
    trong gương
    đôi vú màu hồng
    che giấu nét tàn phai
    dưới làn da bụng
    buồng trứng rỗng ruột
    vẫn thao thức chờ.

Em đã quên từ lâu những cơn gió chướng
luẩn quẩn trốn tìm trong nhịp điệu thời gian
    khoảnh khắc phù du
    buốt tràn lên cung bậc.

Trái tim em không đủ chỗ cho kỷ niệm
mọi giác quan tê dại khi ánh tinh quang của
    lòng hoài niệm
    bỗng trở nên tối mù
    hoan lạc xác thân đóng băng
    những lời trăng trối.

Tôi không đủ sức đào thoát khỏi định mệnh
    dù từ một địa điểm đầu thai
    dù thành phố đêm nay đi ngủ sớm
    ánh tinh cầu lịm tắt nơi nao
    vòng đầu cũng là vòng cuối.

Những trầm tích thu đông tơ trời áo mỏng
    bên trong ngôi nhà Eros
    tôi âm thầm cất giấu
    chén đắng nào biết của ai
    dấu giọt khuya lãng đãng

vẫn canh cánh một đóa hoa tàn.

Leo lét đốm lửa tia mắt nâu đêm thẳng thốt
khó nhọc lục tìm trong ký ức bộn bề
những mảnh vỡ tội tình
mớ hành trang bụi bặm
lẽo đẽo đi về
như thất lạc bến mê.

Sống chỉ một lần tôi không làm gì cho kiếp này
hay những kiếp sau
chợt đến chợt đi
như trận mưa tháng chín
đổ ào xuống con phố tao tác
mà chẳng gợi cảm xúc gì
gieo neo khoảng chân không
cõi sinh hiện lặng thinh ghê rợn.
Không nhớ bờ vực thiêng như một mưu toan âm ác
từ tốn tách cà phê buổi sáng
hay vội vã bữa cơm chiều
khoan hòa với giấc ngủ
mặc tưởng một vầng trăng
chỉ để mặc cả với bóng đêm
về những điều không có thật.

Không biết bao nhiêu lần tôi nghe khúc nhạc ấy
như thể cả cuộc đời chỉ có một chiều đi
gióng giả hồi chuông
tiềm thức không ngừng khua động
có lẽ từ tiền kiếp xa xăm
mà tôi vẫn oan ương chìm đắm
trong vòng tròn mệnh một đăm đăm.

Em cứ để yên rèm cửa sổ suốt mùa đông
tôi sợ ánh sáng đánh tan ảo giác cuối ngày
tô son môi

vuốt mái tóc
kẻ hàng lông mày cong cong
nhìn lại lần cuối
trong gương bộ áo đẹp
làm một điệu bộ duyên dáng
rồi mỉm cười với chính mình
em ạ lúc bước ra khỏi phòng
em đừng quên khép cửa.

Những phiến lá từ tâm

1.

Những phiến lá từ tâm dưới bầu trời độ lượng
rưng rưng vũng nắng – ấm mặt tường gạch nâu
hanh hao sân tu viện im nghe tiếng gót giày va khẽ
như nhịp điệu một khúc nhạc thanh xuân.

Chưa hết những điều muốn nói
nhưng ngôn từ sao thừa thãi lạ
sự lặng im của lá canh cánh một âm vang.

Mùa lá nhú mầm xanh vời vợi
lập loè đầu ngọn cỏ ánh biếc xuân sơn
một chú sóc vụt hiện ra
giương đôi mắt trong veo thăm dò
khiến tôi chợt nhớ

Tôi vừa chia tay một linh hồn
tôi vừa gieo vào một đôi mắt
tôi vừa ôm ấp một mái đầu
tôi vừa giẫm nát một con sâu
tôi vừa dụi mắt giấc mơ nào

Lẽo đẽo thời gian như khúc kinh chiều thoi thóp
tất cả đi về dửng dưng chẳng có gì khác lạ
những phiến lá từ tâm
dưới bầu trời độ lượng.

2.

Tung tỏa bụi phấn hoa tình cờ
vòng luân chướng bất diệt –
điều kỳ diệu đơn sơ như số phận đìu hiu.

Ngày nắng xóa dồng dềnh bờ bụi
tôi ngước nhìn trời xanh
những cánh chim tao tác
chiếc cầu bạc lung linh
góc trời ẩn nhẫn nỗi thương nhớ lạnh căm.

Hạn tôi về con đường dốc mỏi
vẫn chưa giữ hẹn được một lần
sông dòng một chảy xuôi
bỏ tôi mỗi lúc mỗi xa thêm lờ lững.

3.

Sân tu viện nỗi hoang lạnh nổi gai
tôi nghe ngóng mãi từ thiên thu
những ước hẹn thưa dần
ngày mai bầu trời vẫn thế
dẫu tôi chẳng bao giờ trở lại.

Tiếng gõ của định mệnh thực ghê gớm
mỗi lúc mỗi nhanh thêm
tôi nào biết sẽ về đâu khi
mặt đất thâm đen
mặt biển thâm đen

mặt trời thâm đen
mặt người thâm đen
mặt định mệnh thâm đen
giao ước biển lận trong trò cười nhạo nhiếu.

Phiên bản của ngày mai
hình như tôi mang sẵn số phận kẻ tội đồ
chờ phát vãng hoá thân một số kiếp.

4.

Tôi chờ đợi gì khi chuyến tàu đã ra đi
trở lại bến bờ nào khi chẳng đâu là chỗ ẩn
buổi chiều sân tu viện
ơi những phiến lá từ tâm
dưới bầu trời độ lượng.

Cơn gió mùa hè

– Viết hôm đưa tiễn linh cữu Quỳnh Giao vào lò thiêu.

Cơn gió mùa hè thổi qua thành phố
vắng bóng những đôi tình nhân
đàn én không về đậu trên mỏm đá
gác chuông trầm tư như nhớ một bóng hình.

Nắng như lửa đốt trong lò thiêu
hồn bay đâu ngơ ngác ngoài bờ bụi
thao thức một chốn về – thoảng thanh âm
như tiếng dương cầm
buông lơi những cung bậc lạ lùng mê mỏi.

Cơn gió mùa hè xoay xoay bóng ảo
cát bụi dưới chân kết thành vòng tròn mệnh một
dài thiên mộng – chỉ tiếng nấc là xong
kịp không một lời từ tạ.

Khi đến bên bờ vực
trên nỗi đau phận người
niềm xót thương vì chẳng bao giờ trọn vẹn
trong lòng vẫn giấu kín một âm vang.

Một mai người trở lại
khuôn mặt thành phố dửng dưng
không ai nhớ cơn gió mùa hè cùng
lửa lò thiêu rất nóng.

Những nghịch âm tháng chạp

1.

Sự thật là đàn cá voi chết cạn
bên bờ đại dương bao la
nhưng có hề chi đâu
bởi cùng muôn triệu điều
không hiểu khác
tôi đánh mất tinh cầu.

Đôi mắt sâu đêm kéo tôi vào bóng tối
hàng cây ngây tạnh chẳng thể tỏ khúc nôi
rồi tôi khờ dại đánh đổi linh hồn
để lấy một câu ước nguyện
làm thân bến lạ
tôi chong đèn chờ đêm qua đi.

2.

Nơi trú ẩn đó có bóng đêm che phủ
cho tôi lắng nghe điệu hát phù trầm
nhưng sự vắng mặt kéo dài thao thiết
phía bên kia màn đen tôi không rõ là gì.

3.

Trận mưa đêm day dứt đêm mất ngủ
tiếng gõ lên mặt kính thoi thót hồi kinh
trong bóng tối sao góc bàn này hoang vắng lạ
và tôi hình dung những giọt nước lăn tròn
chảy xuống con phố nhỏ thâm đen.

Tôi tự hỏi rồi mai người có đến
đất trời vô lượng bóng tối khôn cùng
tiếng côn trùng nỉ non bên bờ cát
cùng tiếng gió thảng thốt âm âm.

4.

Thanh âm tháng Chạp
tôi quên mất từ lâu
chỉ còn tràng cười nhiếu nháo
như trêu chọc những âm hồn lưu cư.

5.

Những người đàn bà khỏa thân mặt nạ hóa trang
bước ra từ bóng tối
tôi bỗng thất vọng
khi nhận ra em đứng ở hàng đầu.

6.

Chẳng hiểu sao tôi vẫn tìm về chốn đó
có gì đâu ngoài những mái nhà nâu cũ
và một mớ ký ức ngổn ngang.

Con đường lở lói thảm thương
như muốn phân trần trong ngày tang chế
điểm hẹn ở đâu khi mưa đổ ngập quan tài.

Tôi vẫn làm những chuyến hành hương bí mật
  kiếm tìm những gì định mệnh khước từ tôi
  trong muôn một tôi thấy một đốm lửa
  từ xa trông như ánh mắt ngọn hải đăng mù.

Sự thật là tôi đã kiệt sức
  và chỉ dám tiêu pha thật dè sẻn
  những gì còn lại của cái gọi là tình yêu.

Một ngày cửa đóng linh hồn u hiển
  nghịch âm tháng Chạp
  trôi về những bản nháp thời gian
  khi tôi không biết làm gì với chính tôi.

Chùm thơ lập xuân

– Ghi vội những lần lên chùa thắp nhang cho Cao Xuân Huy.

1.

Ông ngồi trên kia
tôi đứng dưới này vái lạy
chợt thấy muôn triệu điều không hiểu
nhưng hiểu ra cũng chẳng để làm chi
lặng lẽ vũ trụ quay đều
vòng quay vô chung vô thuỷ.

2.

Lên chùa ăn bát cơm chay
chợt nghe tiền kiếp chật dày thời gian
một mai về với mây ngàn
chỉ xin nhớ chút dịu dàng của nhau.

3.

Lên chùa ăn bát cơm chay
hỏi han mới biết nợ vay kiếp người
rồi đây như chiếc lá rơi
hạ đông ngọn cỏ dặm khơi ảnh nhòa.

4.

Giọt lệ khóc cho ông hay cho tôi những
kẻ đứng chông chênh ngoài thế kỷ
ruồng rẫy cát bụi cũng chẳng có đường về
người chết thành tro
kẻ sống vô thường trụ
tít tắp bãi cỏ xanh bên kia bờ cát lở
một đoá ưu đàm nở lẻ loi.

5.

Rêu phong những phiến đá nằm sau chùa
mừng rỡ chào đón tôi
ồ không dám
tôi chỉ là gã học trò
đến đây xin các ngài chỉ bảo.

Các ngài có mặt trên mặt đất này
bao nhiêu triệu năm rồi
loài người chúng tôi làm sao bì kịp
tôi sẽ lắng nghe – vâng sự lặng thinh của đá
là lời nói chân tình nhất tôi từng nghe qua.

6.

Hạt cát tôi về đứng giữa đường
ông đi cố nhớ bấy tình thương
trăm năm thâm tạ chừng như mỏi
vạt nắng bên triền chảy cồn sương.

7.

Hạt nước lăn tròn những nhiễu nhương
chiêng chao biên vực cửa vô thường
chạnh thương phù mộng chiều đông tái
ngoảnh mặt khuất chìm biển tà dương.

8.

Những con đường phía trước
có gặp gỡ nhau không
đằng sau mưa vẫn đổ
trên cõi thẳm vô cùng.
Ở góc trời tịch lặng
trái tim này từ bi
ai về từ đỉnh ngọ
cho ta gửi lời thề.

Tháng năm trôi nghiệt ngã
núi đời nặng hai vai
gió đục hồn cô đảo
quán trọ thức đêm dài.

Những điều không muốn nhớ
cứ vây bủa một đời
kiếp sau làm giống hổ
trong rừng mà chạy chơi.

Tháng tư, chim én

1.

Chim én tháng tư liệng
xập xòe mái ngói giáo đường cổ
rưng rưng vũng nắng xuân.

2.

Tụ lại bầy én non
ríu rít khung trời kỳ thú lạ
mây tích lững lờ trôi.

3.

Bờ tường thành phế tích
xa lắm rồi một vệt duềnh quyên
cõi sinh hiện đã là.

4.

Đưa tay che mắt nhìn
không đâu là bến bờ thường trụ
tâm một niệm lặng im.

5.

Tháng tư chim én về
từ muôn trùng xứ lạ reo vui
ta vẫn lầm quy lộ.

Chùm thơ tháng năm

1.

Tháng năm tôi ngỡ tháng mười
dấu chân tao tác một đời hợp tan
bạc đầu giấc mộng miên man
gió xô nước lũ cũng tàn xiêu thôi.

2.

Tháng mười tôi ngỡ tháng năm
ngỡ chuông tịnh độ trăng rằm ngoài hiên
hồn quạnh quẽ bóng tịnh nhiên
một thiên phù mộng chưa quên – cũng đành.

3.

Cảm ơn trời đất có em
cho tôi vẫn thấy êm đềm trăng sao
buổi tao ngộ biết ngày nao
trăm năm dẫu có thế nào cũng vui.

4.

Hiu hiu khói sóng chiều vàng
chân tâm rớt lại còn mang lời thề
núi ơi ta cũng muốn về
ruộng xanh dẫu vẫn não nề truông sâu.

5.

Nằm nghiêng ngắm mảnh gương trong
nghe trong tịch lặng mấy vòng tiêu tao
đường trần đã hết lối vào
vọng từ cõi mộ lao xao tiếng cười.

13 Bài HOKKU: Giọt Thu

1.
Cành táo oằn oài ngả
Sẻ nghiêng đầu
Giọt Thu lặng lẽ rơi.

2.
Sân nhà cũ
Gió bạt – lá phong đỏ hiên sau
Lặng im bờ tường rêu phủ.

3.
Mưa xóa nhòa ô kính
Cẩm chướng và thược dược
Căm căm trong màn đêm.

4.
Gió mùa Thu
Lẻn qua khung cửa hẹp
Dừng lại chân giường.

5.
Mây đùn bia mộ xám
Lũ nhạn bay đã xa
Mưa trong chiều ảo vọng.

6.
Tiếng mưa gõ đều đặn
Lên mặt kính cửa sổ
Thi thoảng có tiếng – chíp.

7.
Mưa nơi này
Mưa Hà Nội
Một ngàn năm – mùa Thu

8.
Tảng đá vườn sau nhà
Vì sao mi khóc?
Ôi mưa Thu.

9.
Cây ổi sau nhà
Ra hoa ra trái
Mưa Thu ưu ái vỗ về.

10.
Băng thảo ủ dột
Cựa mình bên phiến đá
Ẩn nhẫn đợi chờ.

11.
Vần vũ đám mây dị hình
Xao động góc trời
Trận bão lá.

12.
Hãy kêu lên thật to
Chú ếch bạn tôi
Mưa trong lòng trần thế.

13.
Duềnh nước tràn về
Cơn lũ một đời
Nước nước nước

Nghìn thu từ độ

1.

Giật mình tiếng khánh nhẹ khua
ngẩn ngơ chiếc lá chuyển mùa bay sang
duềnh quyên bóng động hai hàng
nghìn thu từ độ vẫn bàng hoàng trôi.

2.

Nghe trong cô quạnh tiếng mưa
rơi thầm vào những bến bờ mù tăm
rừng xưa lỡ hẹn trăm năm
ngoảnh trông mộ chí chỗ nằm mộng dư.

3.

Chỗ sâu có vũng nước xanh
hai đầu khuya trắng vin cành trộm xem
từ khi nhặt được bóng em
tôi đêm áo trắng dưới rèm ngủ quên.

4.
Trông ra bờ bụi cồn sương
từ trong cô tịch cuối đường vô âm
đòng đòng một dải mưa dầm
đau đau vạt cỏ âm thầm nước non.

5.
Trăng ma mộ khép ơ hờ
biển xanh đi biệt biết giờ nơi nao
từ đây cất một tiếng chào
vọng về cõi ấy buốt vào nghìn thu

TRỊNH Y THƯ

SAN PHI

SAN PHI tên thật là **NGUYỄN THỊ LỆ THU**
Sinh ngày 16 tháng 10 năm 1994.
Tốt nghiệp ngành Ngọc Học.
Sống và làm việc tại Quận Gò Vấp - TP Hồ Chí Minh
Hiện đang:
Assistant Editor-in-Chief : NT LỆ THU
- At (Văn Học Mới - New Literature Magazine)

Tác phẩm đã xuất bản:
NGỌN NÚI ĐÀO HOA (*Tản thơ*)
Nxb Văn Học Mới
Thơ văn in chung:
TÌM DẤU THU AN TRÊN CUNG KHẢI NGUYÊN
(*Thơ*) Nxb Văn Học Mới 2024
LỤC BÁT NGUYÊN XUÂN (*Thơ*)
Nxb Văn Học Mới 2024
TỔ ẤM GIỮA MIỀN XANH (*Văn Thơ*)

YÊU NHƯ CỔ TÍCH *(Truyện)*
Nxb Hội Nhà Văn
TRUYỆN NGẮN CHỌN LỌC
Nxb Nhân Ảnh 2024
DẤU ẤN THỜI GIAN *(Thơ Văn Nhận Định Văn Học)*
Nxb Hội Nhà Văn 2024
CÔNG CHÚA NHỎ *(Thơ)*
Nxb Văn Học Mới 2024
VỀ NGUỒN *(Thơ Văn Nhận Định Văn Học)*
Nxb Hội Nhà Văn 2024
HOA RƠI TỈNH THỨC I (Thơ văn Tuyển 6 tác Giả)
Nxb Văn Học Mới 2024

Nỗi Niềm Của Lá

Trong làn khói hương trầm dìu dịu một ngôi chùa cổ kính giữa rừng trúc thanh tịnh, Sư cô Từ Bi đoan tọa, ánh mắt uyên thâm khai mở, dõi nhìn người nữ học giả trẻ tuổi đang quỳ trước bồ đoàn. Nàng tên An, một cô gái khuôn mặt trong sáng có tu dưỡng nhưng mang một tâm hồn nhạy cảm, bấy lâu nay, trái tim nàng lại mắc kẹt trong lưới tình. Mối tình đơn phương đeo đẳng An như bóng hình không rời, khiến nàng hao gầy, tâm trí rối bời.

"Con à," Sư cô khẽ cất lời, giọng từ hòa ấm áp, "tình yêu cũng tựa một chiếc lá."

An ngước lên, đôi mắt mờ đi vì những giọt lệ chưa khô. "Chiếc lá ư, Sư cô?"

"Phải, chiếc lá," Sư cô mỉm cười hiền từ. "Khi còn non xanh, chiếc lá bám chặt vào cành, tin rằng đó là sự sống duy nhất. Nó khao khát ánh nắng, sợ hãi giông bão, và mơ ước về một sự tồn tại mãi mãi bên cành cây mình yêu."

An cúi đầu, như thấy hình ảnh mình trong lời Sư cô. Nàng đã bám víu vào mối tình ấy như chiếc lá non bám vào cành, sợ hãi sự chia lìa và khao khát được ở bên nhau

"Thế rồi," Sư cô tiếp tục, "đến mùa thu, chiếc lá dần khoác lên mình màu áo mới, từ xanh biếc chuyển sang đỏ thắm, vàng óng. Nó chứng kiến những chiếc lá khác lìa cành, bay đi theo gió. Trong khoảnh khắc ấy, lá nhận ra một sự thật, dù nó có yêu thương cành cây đến nhường nào, dù nó có níu giữ bao nhiêu đi nữa, thì một ngày nào đó, nó cũng sẽ phải buông tay."

Sư cô nhìn An, ánh mắt đầy từ ái: "Con à, buông bỏ không phải là ngừng yêu thương, mà là yêu một cách vô điều kiện, Khi không còn sự ràng buộc của tâm trí, tình yêu sẽ trở nên thanh tịnh và mạnh mẽ hơn, giống như chiếc lá, khi nó chấp nhận sự buông bỏ, hòa mình vào dòng chảy của vũ trụ, trở thành một phần của sự tái sinh. Sự phai tàn của lá không phải là sự kết thúc hoàn toàn, mà là một sự chuyển hóa. Tình yêu cũng vậy đó con, Nỗi đau khi một mối tình tan vỡ có thể giống như lá rời cành, nhưng nó lại là cơ hội để tâm hồn con trưởng thành, để học yêu thương một cách rộng lớn hơn.

Một thoáng bừng tỉnh lướt qua tâm trí An.

Bấy lâu nay, nàng đã gồng mình níu giữ, đã dằn vặt bản thân vì một điều vốn dĩ không thuộc về mình. Tình yêu đích thực không tìm kiếm sự sở hữu, mà tìm kiếm sự thấu hiểu và sẻ chia vô điều kiện, không bám víu mà hòa tan vào một cái lớn Và cái lớn lao đó, phải chăng, chính là lòng từ bi vô hạn?

" Con hãy thử buông bỏ," Sư cô nhẹ nhàng khuyên. "Hãy thử tắt đi những vọng âm của thế giới bên ngoài, mạng xã hội ồn ào, nơi con tìm kiếm sự hiện diện của người ấy. Hãy cho phép mình biến mất, dù chỉ trong một thời gian ngắn."

An do dự, nhưng rồi nàng nhẹ nhàng gật đầu. Trở về tịnh thất nhỏ, An tắt nguồn điện thoại, gập máy tính, cắt đứt mọi kết nối với thế giới bên ngoài. Những ngày đầu, tâm trí nàng vẫn vương vấn bóng hình người ấy, cảm giác trống rỗng, cô đơn. Thế nhưng, khi từng ngày trôi qua, trong sự tĩnh lặng, An bắt đầu lắng nghe được tiếng nói sâu thẳm từ bên trong. Nàng đắm mình trong những trang sách, thả hồn vào từng nét cọ, dạo bước trong khu vườn chùa, ngắm nhìn giọt sương long lanh đọng trên cánh hoa, và lặng lẽ nhìn những chiếc lá bay lượn trong gió. Nàng viết nhật ký, ghi lại tư niệm từng cảm xúc chân thật nhất mà bấy lâu nay nàng đã giấu kín.

Trở lại với thế giới bên ngoài sau một thời gian vắng bóng, nàng ngạc nhiên khi nhận ra rất nhiều tin nhắn, cuộc gọi nhỡ, và những lời hỏi thăm từ bạn bè, đồng nghiệp, thậm chí cả những người nàng ít khi trò chuyện. Họ lo lắng cho nàng, nhớ nhung nàng, và mong muốn được kết nối. Trái tim An chợt ấm áp. Nàng nhận ra mình được yêu thương, được quan tâm bởi rất nhiều người. Nàng không hề cô độc như nàng từng nghĩ.

Nhưng rồi, một cảm giác lạ lẫm len lỏi đến. Trong vô vàn tin nhắn và cuộc gọi ấy, không có bất kỳ tin nhắn hay cuộc gọi nào từ người mà nàng hằng mong đợi. Người mà nàng đã lụy tình, đã dành trọn tâm trí để theo đuổi, lại hoàn toàn im lặng. Khoảnh khắc đó, An không đau khổ như nàng vẫn nghĩ. Thay vào đó, một sự giải thoát nhẹ nhõm lan tỏa khắp tâm hồn. Nàng mỉm cười, nụ cười an nhiên, tự tại.

Nàng nhớ lại lời Sư cô: " Phiến diệp buông cành không phải vì hết ái ". Mà bởi vì nó hiểu rằng, để có thể bay đi, để có thể hòa mình vào gió, để có thể hoàn thành sứ mệnh của mình là trở về với đất, nó phải chấp nhận sự chia lìa. Sự buông bỏ không phải là kết thúc, mà là sự khởi đầu của một hành trình mới, một sự tự do đích thực."

An giờ đây giống như chiếc lá mùa thu đã hoàn thành sứ mệnh của mình. Nàng đã từng bám víu, từng lụy tình, nhưng rồi nàng đã học cách buông bỏ. Nàng nhận ra rằng tình yêu đích thực không phải là sự chiếm hữu, mà là sự tự do. Tình yêu không chỉ đến từ một người duy nhất, mà nó hiện hữu ở khắp mọi nơi, trong sự quan tâm của bạn bè, trong vẻ đẹp của cỏ cây hoa lá, và quan trọng nhất, trong chính bản thân nàng. Nàng nhìn ngắm chiếc lá vẫn còn nằm yên, và dường như, trong sự im lặng ấy, là sự thấu hiểu sâu sắc hơn về tình yêu, cuộc sống. Và tìm thấy sự bình yên từ bên trong. Nàng như chiếc lá đã sẵn sàng để bay đi hòa mình vào dòng chảy của cuộc đời.

"Tâm thiền khai
Vạn pháp trôi
Ngộ chân
Lý sáng soi đời an nhiên.
Vô thường sắc cảnh thiếp thiền
Buông bỏ chấp trước, hiện tiền bản tâm".

San Phi
Ngày 25 tháng 7 năm 2025
天竺寺 (Thiên Trúc Tự).

Chiêm Nghiệm

Khi từng sợi nắng đầu tiên xuyên qua tàng cây cổ thụ nơi Thiên Trúc cổ tự, cảm nhận từ tâm của đất trời đọng lại trên từng cánh hoa, từng phiến đá mục rêu. Nơi đây, không gian dường như ngưng đọng, cho phép tôi tan chảy vào ký ức của mặt trời cổ xưa và tiếng cười của gió. Mỗi hơi thở, mỗi nhịp đập của thiên nhiên hòa quyện đất trời bao la vô tận.

Tôi tìm về cõi mù sương giữa ngàn năm tịch lặng. Những bóng mây lặng trôi qua phế tích, tôi thả hồn mình lang thang qua dòng suối nhỏ róc rách chảy miên man không ngừng. Mỗi cánh hoa mỏng manh bung nở rồi lại nhẹ nhàng lìa cành, tâm tôi lắng lại cảm thấy sự mong manh vô thường, Tôi chợt hiểu, Rừng cây đã ngủ vùi trong một thế giới nguyên sơ, nơi từng thớ gỗ mục ruỗng, từng nhánh cây khô gẫy. Tôi nằm im lìm trên thảm cỏ, ngắm nhìn những vì sao lấp lánh trên nền trời đêm, như chờ đợi một giấc mơ mong manh tái sinh, một sự tĩnh lặng len lỏi qua từng tế bào.

Thế giới cổ tích thu nhỏ này thì thầm gọi những âm thanh của tình yêu vũ trụ. Tiếng gió êm nhẹ như giai điệu sáo trúc, những chú chim thủy chung không ngừng hát khúc ca huyền thoại. Trong từng sát-na, mùa đang lặng lẽ cầm nắm mùa, thời gian cuộn xoáy không ngừng sinh diệt và tái sinh. Mỗi hơi thở là một thiền định, đưa tâm trí tôi vượt thoát khỏi những vọng tưởng cõi trần.

Mỗi bước chân đi trên con đường đá rêu phong Thiên Trúc là một ký ức ẩn chứa tôi sâu trong tiềm thức. Ở đó, tôi gặp lại một bản thể khác – một thực thể khôn cùng, nơi ranh giới giữa ảo và thực. Ánh sáng yếu ớt của đóa trăng treo lơ lửng, dường như đã gầy guộc hơn, như thể đang đợi chờ… Đợi sương tan qua khóm nắng, đợi một ánh nhìn xa xăm, đợi một dấu chân in hằn trên lớp bụi thời gian. Hay chờ đợi cơn cuồng phong dữ dội lột trần trụi từng lớp cánh hoa mỏng manh, để qua sự hủy diệt, hồi sinh lại được cất tiếng gọi mùa, một lời gọi vượt lên mọi giới hạn.

Mỗi lần đặt chân đến đây, như có một sợi dây vô hình níu giữ tâm trí tôi. Cho phép tôi khóc và cười trọn vẹn với từng vết sẹo vô hình, những vết thương của linh hồn, nơi một tình yêu nồng cháy còn in trong lồng ngực. Mọi nỗi đau, mọi niềm vui, mọi trăn trở chuyển hóa bất tận. Tâm trí tôi trôi dạt qua một không gian mơ màng, đa chiều, nơi ý niệm về sự tách biệt không còn tồn tại.

Tôi yêu nơi này, yêu cái hoang sơ giữa bầu trời đầy mê hoặc, nơi các vì sao nhấp nháy những con mắt vũ trụ đang chiêm nghiệm. Tôi yêu vẻ đẹp bí ẩn đến nao lòng, khuấy động trái tim tôi, giống như tình yêu, một sự quyến rũ không thể nắm bắt. Yêu ánh nắng mặt trời, yêu cỏ cây hoa lá, yêu vũ trụ bao la, vượt qua cả bầu trời và thiên hà. Trong vô vàn lựa chọn, tôi đã tìm thấy nơi bình yên nhất, sự tĩnh lặng, một cõi thiền vô biên, nơi tôi tìm thấy sự dung hòa giữa mình và vạn vật.

San Phi
Thiên Trúc Cổ Tự
10,05,25,00,30.

Dịu dàng trầm lắng

Ánh sáng len nhẹ qua từng lọn tóc.
Vài giọt sương còn vương mình, long lanh trên lá non.
Có thể đêm qua ngủ vùi dần thành hình, mang theo hơi thở của sự sống.

Từng chùm gam màu ấm dậy hương ngọt khi tay chạm tay vào những mông lung, như đâu đây lưu giữ từng câu chuyện của mình, của những điều thinh lặng.

Đâu đây, nơi có những bước chân dường như thật khẽ, chậm rãi, sự tĩnh lặng của những đóa hoa, của những chiếc lá, gió và suối hòa mình vào dòng chảy của đất trời. Bất giác, tôi tìm gì? Phải chăng một ánh nhìn trốn thời gian? Tôi vì ai mà đến, rồi sẽ đi đến đâu, cùng ai? Nắng có thật sự cô đơn, lặng nhìn thế gian?

Bất chợt, giọt sương long lanh cuối vừa rơi, lặng thầm cười cùng bản ngã thật sâu.

San Phi
Ngày 12, 12, 2024.

Gió Cuốn

Tại gió cuốn lá lìa cành
Trần gian nghiêng ngả, hữu hình lại không.
Hoa tàn, hương nhạt phai dòng
Đóa trăng khuyết mãi, nửa vòng tròn xoay

Cơ chi vương vấn trần ai
Để đêm cô lẻ, sương phai phôi dần
Cả yêu thương những lặng thầm
Vỡ tan ảo giấc gọi trăm năm hờn

Gió đùa mây, gió lang thang
Cớ sao vẫn trí buộc ràng trầm tư?
Muốn gom mây lại cho dư
Gói luôn gió lại, dựng từ vô biên.

San Phi
17,06,25,20,53.

Sóng Tình

Khi sóng tình nổi ba đào
Trần gian mờ mịt chốn nào dấu chân
Lệ cuộn trào giọt ái ân
Hư vô chợt hiện bóng thân diệu kỳ

Áo trăng mời gọi thoát ly
Cửa thiền mở rộng sá gì bão giông
Mộng uyển như thể hư không
Trần ai vướng mắc vẫn mong được về

Cánh sương còn đọng trên hoa
Lụa tung gió cuốn mây là đà bay
Bách thủy vương vấn buộc cài
Sóng tình ôm ấp hương lay giữa dòng

Tay nhẹ rẽ nước vào trong
Ôm trọn nhụy thắm dù mong manh lần
Huyền minh triết thức hồn hoang
Giọt tình thấm đẫm men vàng ngộ duyên

Mai cách biệt về vô biên
Thiết xin nối kiếp tình nguyên cõi này

San Phi
20.06.25.21.20.

Chân. Ngã

Vô thường thế cuộc bi ai
Thực hư tương đối miệt mài khắc ghi
Nghiệp duyên bủa giăng lối đi
Xả buông chấp niệm nhẹ tênh cõi lòng

Nghiệp lành kết nối duyên trong
Tâm viên mãn ắt non sông an, và
Mấy ai thấu đạt chân ta?
Chánh niệm tỉnh thức chan hòa tuệ quang

Phù sinh một thoáng nhân gian
Thuận duyên ứng hóa hợp tan lẽ thường
Thiện căn vun đắp dặm trường
Phúc báu nối nghiệp nhân dần lan xa

San Phi
19.06.25.16.00.

An Nhiên Trong Dòng Đời

Tâm tĩnh lặng nhẹ trôi theo dòng chảy của đời, giữ sự an nhiên tự tại giữa bao phiền não. Mỗi khoảnh khắc là một cơ hội để ta quán chiếu, để nhận diện và thấu triệt bản chất của bụi trần đang xuyên qua...

Tập buông bỏ những chấp trước, những vọng tưởng sai lầm đang gặm nhấm, để tự nó tan biến. Khi tâm thức được khơi mở, ta sẽ nhận ra cái "Vô ngã", không còn bị giới hạn bởi cái tôi nhỏ bé. Lần trong sự thấu hiểu sẽ dẫn đến niết bàn.

"Tâm tịnh nhẹ trôi đời an nhiên
Hiện lần giữ vững bụi trần xuyên
Buông chấp, phiền não từ tan hết
Khơi Tâm, Vô ngã, Niết bàn duyên".

San Phi
17.07.25.19.38

Mượn Xanh

Lá nhớ lá của ngày xưa
Ngủ trần trên phiến âm thừa đợi mơ
Bao lần gió cuốn trang thơ
Ngày lang bạt với sợi tơ giăng mùa

Mùa đang chìm nổi nắng mưa
Mùa đang lần lượt lưa thưa thớt dần
Bay giữa trời đất bạt lang
Gợn lên giai điệu cùng ngàn mục chương

Kìa khói sương ngủ giữa rừng
Lá ngàn năm hỏi thời gian, tượng hình?
Còn nghe trong những lặng im
Còn nghe tâm tưởng câu kinh lạc loài

Từ không, bước trợt thức rơi
Lá xanh nhớ bóng lìa phôi phai dần
Mượn đêm một chút hương trăng
Mượn thời gian thêm một lần, được không?

San Phi
20.04.25.00.29

Rơi Mòn không gian

Cho chiếc lá khô thêm một lần ngước nhìn màu xanh non,
Ngoảnh lại năm tháng qua,
Mòn theo dấu chiều lang bạt.

Ngày còn in trên lồng ngực,
Cho những yêu thương vút lên trời,
Tàng đựng
Trong tuổi mòn,
Trong những giấc mơ gục đầu trầm u uẩn.

Từng cánh hoa rơi rụng mở mắt nhìn,
Tuột mất
Vì đâu đây cuộc gọi nắng chiều.

Dần tan núi rừng bạt gió,
Những làn khói nhắm mắt rơi,
Mòn
Vết không gian.

San Phi
15.04.00.10

Tàn Hương

Sáng nay mây giăng trên đồi
Bóng trúc ngã xuống trôi tôi xa dần
Hôm nào thấp bé trước sân
Giật mình lọn tóc đã ngần trắng rơi

Sáng nay sấm chớp đầy trời
Nõn xuân vừa nhú thoáng chơi vơi mờ
Ngày nào tuổi lá ngây thơ
Chớp mắt đã thấy găng tơ lá vàng

Ta tịnh trước những âm vang
Rồi nhìn ngọn cỏ sương tràn qua thu
Vị nếm tàn hương mệt nhừ
Bóng ta một kiếp thực hư hiện tiền

San Phi
01.03.22.23.20

Lạc Trôi

Cúi chào chiếc lá xanh còn đọng
Giọt nước tràn mi ướt chữ suông
Giờ tranh đã cũ mờ trang sách
Một chút hương xưa dường như không

Dường như bóng trăng xưa đã lặn
Luân hồi bao kiếp đó còn mơ
Lá non sinh tái sau màn nắng
Và gió trăng đêm bắt gặp chờ

Từng giọt thời gian trôi xa mãi
Tình kia chắc hẳn đã rũ mềm
Và mù sương mỏng manh nơi ấy
Hững hờ trôi lạc mất tuyệt ngôn

San Phi
10.03.25.00.30

Thiền Qua Kẽ Gió

Ta tìm thức mặt trời ngày và đêm vuốt ve da thịt
Luồn năng lượng mới sinh sôi
Ta đi tìm bóng trăng
Giếng trong veo ôm trọn, nhưng chẳng thể chạm vào

Ta hứng nắng
Những ngọn cây xanh trên đất hiểu mặc nhiên
Ta ngu ngơ ôm mảnh tình băng cứng tê
Những mầm thơ mọc dại trên trang sách lặng nhìn

Giấc mơ tỉnh thức
Theo thời gian khắc dấu
Rót cốc tình ta uống cạn mình ta say
Lời yêu thương trăng lưỡi liềm

Ta vượt qua gió tựa vào sương
Mong manh
Yếu lòng
Nhặt bóng qua kẽ thời gian

San Phi
23.4.24

Nắng Vũ Trụ

Cái nắng thừa nhận làm nên vết nứt
Hòn cuội đã ngủ vùi ngàn năm
Bán sinh giữa ngàn kể chuyện bí ẩn của ánh nắng
Đè nặng ngày ngày
Khi viên sỏi còn nằm cuộn mình trong lòng đất

Nắng tô điểm xiết chặt ngày vàng
Những lớp vân sáng hóa hình vạn biến
Kìa những ngón tay xoa từng vết cắt
Tia sáng bao trùm hồn sỏi ngủ đông

Phải chăng thiên mệnh mang nắng đến
Để chút bụi trần bớt lẻ loi?
Một đóa sáng loang vào từng ý niệm
Muôn ánh vàng rơi
Chín bụi hồng
Và xanh lại thời gian

San Phi
30.11.22.01.10

Những cánh hoa thời gian

1.

"Đời không còn e ngại nắng mưa, vì hạnh phúc chẳng ở đâu xa, mà ở ngay nơi tâm hồn. Viên đá cuội cũng biết lặng nghe bình minh, để mỗi ngày trôi qua đều là một lần sống trọn vẹn."

1005250452

2.

"Cuộc đời tựa như một ngọn núi cao, thử thách lòng người bằng những vách đá cheo leo. Đôi chân có thể mỏi, nhưng trái tim luôn rực cháy khát khao vươn tới. Dù có lúc vấp ngã hay lạc lối, đừng bao giờ quên rằng phía trước luôn là bầu trời của ước mơ và hy vọng."

1905251212

3.

"Giữa những ồn ào của cuộc đời, điều tử tế vẫn âm thầm lớn lên. Mỗi sớm mai, mặt trời cần mẫn gom góp từng tia nắng vàng, thắp lên vầng hào quang lấp lánh của sự cố gắng. Cũng như đóa hoa của tháng ngày êm đềm, nhẹ nhàng bung nở, dâng trọn hương sắc cho đời."

1206251947

4.

"Mặt trời ghé vai, gió lãng du mơn trớn, ủi an nỗi buồn. Hoa nở nụ cười, tự do khoe sắc. Và em, thanh thản với bình yên của riêng mình."

2006263010

5.

"Tâm hồn như đóa sen, lặng lẽ nở trong bùn. Hương thơm tự tại, lan tỏa gọi mặt trời."

6.

"Cuộc đời là chuyến đò ngang, hãy sống trọn vẹn từng phút giây. Dùng trái tim để dệt nên tơ vàng, nuôi dưỡng yêu thương thay vì những lời tranh cãi. Hãy hát vang những điều tốt đẹp, để tình người còn mãi, ngay cả khi người đã xa."

1008250440

7.

"Hạt đậu bé, lặng lẽ co mình trong vỏ. Nó ngỡ chiếc vỏ là tổ ấm, nhưng rồi nhận ra đó chỉ là chiếc lồng giam cầm những nỗi đau. Hạt đậu chắt chiu từng tia nắng vàng, sưởi ấm những giọt mưa lạnh đã ngấm sâu vào thân mình. Và rồi, một ngày, điều kỳ diệu đã đến. Chiếc vỏ nứt ra, không phải do tan vỡ, mà vì hạt đậu đã đủ đầy, đã biết vươn mình ra khỏi chiếc lồng an toàn để mọc mầm."

1408252524

8.

"Ngày tháng chắp cánh bay, tình yêu hóa đóa hoa, Ngọt ngào rồi cũng có lúc tàn phai. Nếu đã chẳng thể giữ mãi nụ hồng, Xin giữ lấy cánh hoa cuối."

1508252110

9.

"Nàng khẽ gom vạt nắng cuối thu vào áo, đôi mắt nàng long lanh như những cánh hoa bẽn lẽn nép mình."

1808251251

10.

"Thời gian trôi, bỏ lại dấu chân trần, linh hồn nứt nẻ, hoá đá vô tri, lặng đứng nhìn, con phố xưa xa lạ, chôn tình vào miền ký ức đã phai."

1908250251

11.

"Nàng sen vẫn ngỡ kiêu sa, vậy mà cánh trắng ngần vẹn nguyên, giữa gió bùn có nổi lên. Gió càng lớn, bùn càng khẽ ôm vỗ về dịu dàng, hoa liền ngả nghiêng. Từng cánh hoa rơi rụng, mềm mại như một lời thỉnh cầu. Sau cùng, nữ hoàng của các loài hoa cũng chỉ mong được tan vào bùn, để rồi một lần nữa được nở…"

2707250004

12.

"Đời lúa cứ ngỡ là một cuộc phiêu lưu bất tận, để rồi lúa dừng lại khi lòng đã hóa thành gạo. Gạo nguyện ở lại, chờ ngày được hóa thành chén cơm thơm nồng, để yêu thương trọn vẹn…"

2807250440

13

"Trăng khuyết trong đêm lặng lẽ dõi theo từng đám mây trôi. Em vẫn cứ ôm lấy anh, ôm trọn những tháng năm đã cũ. Hạt mưa cứ rơi, cũng như giọt nước mắt cứ tuôn. Anh nào hay, trái tim em đang thầm lặng chống chọi với nỗi đau. Em chỉ mong một ngày, anh sẽ tìm thấy em giữa mê cung những giấc mộng đã lạc đường…"

2807252403

14.

"Trăng tròn rồi lại khuyết. Ánh sáng nhạt nhòa, vỡ tan. Sao li ti gắng gượng, đan mình vào màn đêm. Bầu trời vô hình ôm trăng khuyết, che giấu tiếng nấc nghẹn ngào. Những vì sao lặng lẽ rơi, rơi … Vì chúng biết đêm tàn."

2607250103

15.

"Mỗi sớm mai, bình minh dịu dàng đánh thức đóa hoa nhỏ, thì thầm câu chuyện về ngày mới. Hoa bung nhẹ cánh hé nụ, lắng nghe tiếng lòng của bình minh, thẹn thùng ôm ấp những giọt sương đêm cuối cùng. Không cần lời hẹn ước, không cần biết ngày mai sẽ đi về đâu…"

San Phi

2507251703

Lá Rơi

Ta yêu chiếc lá cuối
Thương mưa cũ vội qua
Lá vàng còn yên ngủ
Khói người tan chốn xa

Vạn vật nào đứng mãi
Huyễn mộng chốn ta bà
Chân tâm đâu vướng bận
Tỉnh thức giữa phù hoa.

San Phi
Trích; Yêu Như Cổ Tích
14,02,23,00,11

Chạm Cõi Luân Hồi

Hư không chạm thực vương mang
Đưa tay chạm nhẹ mấy đàng mộng thôi.
Chạm sầu khúc đoạn tơ rối
Dựng tân lạc chạm nào nơi vĩnh hằng?

Men hương chạm chốn phong trần
Ngàn mơ chạm gửi phù vân mịt mờ
Phan duyên chạm cõi định vô
Đăng ưu vươn chạm thiên cơ, êm đềm

Tàn hoa úa chạm chênh vênh
Lênh đênh nước, mãi thác rền chạm trôi
Từng trong chạm nỗi nhớ người
Mù sương giăng lối, chạm mời trăng mưa

Thoáng chạm chút đã vỡ mùa
Bình yên chạm đến tịnh thưa thốt lần
Chạm đi chạm một dấu chân
Rồi buông chạm nhẹ phân thân cuộc đời.

San Phi
Ngày 12 tháng 7 năm 2025

Chạm

Với tay chạm nhẹ vào không
Phải chăng vừa chạm lần cùng thế gian?
Chạm tay vào những buộc ràng
Vở tuồng tích chạm lên trang sách chờ

Với tay chạm nhẹ vào mơ
Phải chăng đêm ngọt chạm chờ trăng lên?
Huyền cơ chạm giữa lênh đênh
Nhẹ nhàng gió thổi chạm nên lưng chừng

Hoa vừa khẽ chạm đầu xuân
Đông chưa lần chạm đã ngăn lá vàng
Trăm năm chạm một dấu chân
Buông từ lần chạm để dừng bước đi

Chạm tìm giác ngộ, mong gì?
Xin cho tôi chạm trường thi nhẹ nhàng
Chạm vào không, giũ nhân gian
Vội mê, vội tỉnh,
Chạm dần đến buông.

San Phi
01.02.22.23.02

VŨ HOÀNG THƯ

Tên thật: **Võ Anh Tuấn**.
Sinh năm 1949 tại Huế, lớn lên ở Nha trang.
Hiện sinh sống tại Fountain Valley, California.
Nguyên kỹ sư điện tử tại Jet Propulsion Laboratory (JPL), Lockheed Martin Corp., Xerox Corp..
Sáng lập và Chủ biên "Văn nghệ Biển Khơi" (www.bienkhoi.com) từ năm 1999.

Tác phẩm đã xuất bản:
Bắt Nắng, tản mạn, NXB Quê Mẹ, Paris 2009.
Một Thoáng, thơ, NXB Quê Mẹ, Paris 2019

Những bước chân sương

Who says my poems are poems?
My poems are not poems.
When you know that my poems are not poems,
Then we can speak of poetry ! Ryokan (1758 - 1831)

Sương về bên lũng núi trắng ngát đường quanh. Mù là áo của sương, phơn phớt đợi tay ôm vào lòng mát lụa. Hơi se lạnh làm làn da săn, tai không nghe gì khác ngoài thanh âm chập chùng của từng làn sương mỏng phủ xuống núi đồi. Tiếng chuông sớm từ chùa trên vọng xa. Trùng trùng âm biển. Vang nỗi sóng ngàn. Hải triều âm vọng giữa lòng sâu. Khoan khoái hít vào chậm rãi, tận đáy phổi hơi sương chen lẫn mùi ẩm mốc lá khô, thu về miên man trong từng hơi thở. Đầu thấy loáng, óc choáng ngợp ảnh hình không thu nhận kịp, ký ức nhập trùng hiện tại, người xóa tan tên quá khứ. Biên giới mờ dần. Mờ như sương. Mờ có thể vì thị giác giới hạn, mờ vì đôi mắt khép kín đấy thôi, chứ sương vẫn long lanh trắng hạt châu. Sương ghé về lá, có chiếc nhàu vàng ôm lấy sương rồi lịm xuống đất thu. Đôi khi sương đáp vào ngọn sen, tàng lục thoa phấn như trải thảm đón mời. Sương bồng bềnh người trên phấn. Phấn nâng sương đùa cợt đến cuối tàng. Trong một phút giây bất chợt, thân rơi tõm xuống, sương về lại với nước. Chỉ còn một làn hơi mỏng thấp thoáng mặt ao. Thiền sư nhìn thấy thế bảo, ừ kiếp người như sương. Sư vận dụng chân khí, điều hợp hơi thở rồi buông dăm bảy lời sương, Ni cô nghe thấy thơ sương thắm thiết, gom góp thành tập để lại cho đời sau. Sư mỉm cười, giơ tay bắt lấy sương rồi nhẩn nha nhỏ giọt: Ai bảo thơ ta là thơ, chỉ khi quên đi đó là thơ rồi mình mới cùng nhau nói chuyện thơ. Đó là thứ ngôn ngữ của thiên tài, phủ nhận không nhằm phá hủy mà để thiết lập một ý nghĩa mới không dựa vào những bế tắc của hiện tại. Phủ định không có nghĩa là đề nghị "có một cái gì đó" hay "không có một cái gì đó" vào thay thế, vì như vậy chỉ là phủ định tương đối. Làm như vậy chỉ là cơn phẫn nộ vặt vãnh của Zarathrustra đi xuống núi sau khi tuyên ngôn giết Thượng Đế. Phải phủ nhận với hết tất cả sức bình sinh để đập vỡ ngay cả chính mình. Đập phá đến tận cùng mọi ngọn ngành của ý thức để không còn CÓ, cũng không còn KHÔNG. "Này Kàsyapa, đó chính là tánh KHÔNG đoạn tận hết thảy mọi luận chấp" [1]. Ông Lão Tử cỡi trâu về phương tây cũng nói nôm na rằng đạo khả đạo phi thường đạo... Thơ, đạo, đời, chỉ là danh xưng con người ôm lậm vào lòng, chịu khó gỡ rối một nút thắt thì ông Lão sẽ vuốt râu cười ha hả, yên chí về tây phương, tay vỗ vào lưng trâu mà hát, danh khả danh phi thường danh... Thế thì hãy quên hết thơ để nói về thơ, quên hết sương để nói về sương. Từ đó sương - cùng với thơ, về bên lá, nếu có rơi thì cũng là chuyến trở về với đại thể. Không hư hao chẳng thêm bớt. Ni cô đạt ý, giật bấn thần hồn, khối sầu thiên thu vạn cổ vỡ vụn theo lời sương. Ba nghìn thế giới tiêu tán trong giây phút nhân duyên trùng phùng, Ni cô lẩm bẩm,

Có thật chăng là Thầy
Em đã gặp
Hay niềm hân hỉ
Vương vấn trong em
chỉ là cơn mơ?
Was it really you
I saw
Or is this joy
I still feel
only a dream?
-Teishin [2]

Sư trầm mặc, những cơn mộng đến rồi đi, người có giữ hay níu kéo, mở mắt ra hết thảy cũng chỉ là mộng. Có gì đâu mà bận lòng, Sư an ủi,

Ở trần gian huyễn hoặc
Người lim dim mắt

Hý luận về mơ
Này Ni cứ mộng
Cho tràn mộng ước dâng

In this dream world
We doze
And talk of dreams --
Dream, dream on,
As much as you wish
-Ryokan [2]

Đó là con đường sương. Một đoạn đường ngắn ngủi mà Ryokan cùng Ni cô Teishin chung lối ở cuối đời Sư. Ryokan xuất gia từ lúc thiếu thời, tu học với nhiều thiền viện danh tiếng thời bấy giờ ở Nhật trong nhiều năm. Đời sống thiền viện cuối cùng không giữ được Ryokan, một tâm hồn phóng khoáng, phải chứng kiến cảnh tu sĩ chạy chọt, đút lót để được cấp độ điệp chứng nhận rằng mình đã "giác ngộ". Chùa chiền trở thành nơi tranh giành thế lực và quyền lợi. Người ta quên rằng tự do tuyệt đối chỉ đạt được một khi họ chịu vứt bỏ cái bản ngã nhỏ nhoi của mình. Loài người tội nghiệp kia, làm sao họ hiểu được thế nào là thơ, liệu họ có biết chăng thơ không là thơ mới là thơ đấy ru. Nhà sư thi sĩ Ryokan lang thang nhiều năm ở vùng Shikoku và Kyoto, sau lui về chốn núi Kugami sống cuộc đời giản dị, ngày ngày khất thực và đùa giỡn với trẻ con nơi làng cũ dưới chân núi. Năm 70 tuổi, Ryokan gặp ni cô Teishin, 28 tuổi, họ quyến luyến và trao đổi cùng nhau những vần thơ thơ mộng nhất nhân loại trong suốt ba năm cho đến khi Sư viên tịch. Một cuộc đời không sở hữu gì ngoài một tâm hồn tự tại và lòng biết ơn những gì giản dị nhất mà cuộc đời dâng hiến. Trên giường bệnh hấp hối Sư viết cho Teishin:

Di sản ta –
Sẽ là chi?
Hoa xuân thắm
Chim gáy hạ
Và phong đỏ

Của mùa thu...
My legacy -
What will it be?
Flowers in spring,
The cuckoo in summer,
And the crimson maples
Of autumn... [2]

Thiên hạ bàn tán đã nhiều đến mối liên hệ giữa Ryokan và Teishin. Có cần thiết cho một tên gọi về sự giao tiếp giữa hai người? Tình yêu? Ân ái? Hay sự giao thoa của hai tâm hồn cô đơn nhất trên cuộc đời gặp nhau qua mối nhân duyên kiều diễm. Mượn ngôn ngữ của Ryokan, ai bảo đó là tình yêu, khi tình yêu không phải là tình yêu thì chúng ta chạm trán tình yêu.

Đường lên núi Kugami mây trắng thong dong. Sư học sự phơi phới từ mây và tánh đơn giản nơi lá . Chuyện kể một vị tướng quân cùng đoàn tùy tùng lên núi mời Sư về trụ trì ngôi chùa mới trong vùng nhưng Ryokan đang bận đi hái hoa ở xa. Vị tướng quân và tùy tùng kiên nhẫn đợi cho đến khi Sư về. Sau khi nghe lời mời, Ryokan bỏ giỏ hoa xuống, không nói một lời nào. Lẳng lặng Sư lấy bút viết một bài haiku và đưa cho vị tướng quân:

Gió góp cùng ta
Vừa bao lá rụng
Nhóm đủ bếp hồng
The winds gives me
Enough fallen leaves
To make a fire [2]

Một lần khác, một tên trộm lẻn vào lều ăn cắp những đồ sở hữu vặt vãnh của Ryokan. Vừa lúc đi về, nhìn thấy ánh trăng chiếu qua mành cửa, Ryokan viết:

Đạo chích bỏ quên
Vầng trăng
Lửng ở bên song
Left behind by the thief -
The moon

In the window. [2]

Sư ẩn ở Gogo-an an tĩnh giữa rừng thông, tùng già, mây, hoa dại và lá rừng. Trong chốn ấy, người ta dễ thành thi sĩ, nhưng thi sĩ trần gian vốn ưa thích đu dây giữa triền vực của lựa chọn hiện sinh mà lựa chọn nào cũng hiu hắt đoạn trường. Marilyn hay Brigitte, gái-lạ-thiên-thu-thánh-nữ-thấp-thoáng Adrienne hoặc nghìn-thu-thuần-nhiên Sylvie phơ-phất như Bùi Giáng sống chết trong từng giây phút một đời? Đó là cuộc chơi bi thảm của chọn lựa nhị nguyên. Ryokan không thế. Mẫu đơn phơi phới đùa trước gió, Ryokan an nhiên nhìn. Vào hay không vào cuộc chơi thân thiết?

Chúng em mẫu đơn dại
Đang độ mãn khai hoa
Khoe dáng lộng rộ ràng:
Quý quá sao mà hái
Quý quá sao không hái
Wild peonies
Now at their peak
In glorious full bloom:
Too precious to pick
Too precious not to pick [2]

Hái hay không hái không còn là một sự lựa chọn. Thơ không còn ở chữ, nghĩa, vần, điệu, mà ở sự đối đáp với ý thức để đập vỡ ý tưởng. Hoa như là hoa, mẫu đơn như là mẫu đơn, hải đường như là hải đường, không thông qua trung gian nào cả. Như vậy thơ lắng đọng thành nguyên chất mà đồng thời cũng sống sượng công phá trong tâm thức cho nàng thơ mặc áo bước ra. Câu hỏi đặt ra không để trả lời vì câu hỏi không cốt được trả lời. Đó là một công án. Công án khiến con người như đi trên đầu ngọn tre trăm đốt.

Tâm trạng ấy được ví như tâm trạng của người leo lên cây cao, miệng cắn vào một cành cây, hai tay buông thỏng giữa hư không, hai chơn không vịn được vào đâu hết. Tình cờ dưới gốc cây có người hỏi vọng lên: "Ý của Tổ Sư qua Tàu là gì?". Người trên cây không trả lời thì không được mà trả lời thì rơi chết hốt xương.

Huệ Khai – Vô môn quan [3]

Đỉnh Kugami muôn đời sương phủ trước cũng như sau Ryokan Taigu. Giọt sương ghé qua tàng sen không ghi lại dấu, có còn chăng là những lời thơ sương. Những lời sương có thật, hay không bao giờ có thật? Có hề chi. Issa, nhà thơ cùng thời với Ryokan, không nói gì hết mà nói hết, tiếng nói vô ngôn dậy đất trời như tiếng đại hồng chung âm vang đến ngàn năm...

cõi này
là thế giới sương
đúng rồi…
nhưng…

this world
is a dewdrop world
yes...
but...
- Issa [4]

Tiếng nhưng… cuối cùng, sắt ngọt dao chém haiku, không thừa không thiếu, như đường kiếm bén samurai múa tung máu kẻ thù mà cũng là con truỷ thủ nhọn hoắt xuyên suốt hara-kiri. Trong im lặng vô biên, hốt nhiên lục bát Việt trở về, êm đềm như giọt tròn lăn nghiêng xuống rèm mi cong Teishin thế kỷ trước, lệ hay sương?

trần gian
một cõi mù sương
ừ thôi là vậy...
thế nhưng có là...

Vũ Hoàng Thư
Tháng 10, 2005

[1] Kinh Bảo Tích (Ratnakùta Sùtra)
[2] Dewdrops On A Lotus Leaf, Zen Poems of Ryokan, Translated by John Stevens, Shambhala, 2004
[3] Linh Thoại Bồ Đề Dạt Ma, Trúc Thiên, Tư Tưởng, Đại Học Vạn Hạnh, 1968

VŨ HOÀNG THƯ
hoa nở vì ai...

Tháng 7 trời xanh cao, mùa lên hâm nóng. Mặt đất nung nhiệt ngấm ngầm địa chấn, như muốn cùng người rung vang lời ngân quá khứ. Tháng 7 gọi về hàng phượng đỏ thắm rung rinh chùm nở, thứ lung linh ảo mờ, gần gụi mà xa thẳm, "*mù không lối vào...*" (TCS). Vang vang trong gió, lời trẻ thơ láng giếng vọng lại đùa vui tiếng nước. Nghe mát rượi chạy quanh lưng trần từng gáo múc, từng gàu treo giếng lặng và nước mưa lũ tràn máng xối. Nước ơi, nước gọi sông, gọi suối, gọi nguồn, nước hát ngàn xanh của biển lộng trào mùa thơ ấu cũ. Nơi xa mờ cơn nắng, hải đảo hiện thành ốc xanh cuối chân trời, đùa cợt gọi mời kẻ lạc đường đang chết khát sa mạc. Mờ ảo phía ấy, những chấm xanh li ti trong mùa nắng vỡ xuống soi dáng đăm chiêu mắt ngây. Như hoa đom đóm nhòe lên mắt, thị giác vẽ nên hình dung người đi về xa thẳm. Bấy giờ, lớp trường đã đóng cửa, hàng cây cuối xuống cù rủ mùa hè đi rong hoang lãng mạn. Áo người bung xòe chiều chờ đợi một thời. Những tà vạt mong manh phất phới như loài ma không chân trên mặt lộ ngày hè chứa chan. Sót lại chăng, vẽ vời như buổi sáng hôm nay, có mây trắng rất cao, cao ngất trên mọi triền ký ức.

Giọng hồ cầm Nat King Cole êm ái dệt lời kéo tôi nhè nhẹ, *I see your face in every flower, your eyes in stars above... the very thought of you.* The very thought of you, sao bỗng niệm tình lân hư trở về vô cớ? Câu hỏi xoay quanh, *You* là ai? Là người? Là thế giới? Là Em? Xem hoa thấy dung nhan người, nhìn sao cao xa thẳm trên kia bỗng hiện tiền một ánh mắt. Chỉ một niệm. Một niệm Em, thế giới hoàn thành trong chớp lóa big bang...

Một lần Basho đi trên đường làng, điều khiến ông chăm chú chính là đám hoa dại bên đường. Ông viết một haiku, thiên hạ thích, và họ gọi tên bài thơ ấy nazuna haiku.

Yoku mireba Nazuna hana saku Kakine kana.
(Basho)

Looking carefully
A shepherd's purse is blooming
Under the fence
(trans. R.H.Blyth)

Nhìn kỹ nhé chú tâm nào
vùng bông dại rộ
ven rào ngộ thay
(Vũ Hoàng Thư phỏng dịch)

Từ "kana" đặt ở cuối câu trong tiếng Nhật mang nhiều ý nghĩa khác nhau để biểu thị sự kinh ngạc, ngưỡng mộ, hay phiền muộn, hoặc hân hoan, đôi khi hoài nghi... Đại sư D.T. Suzuki, nhà thiền học danh tiếng của Nhật cho rằng "kana" trong bài haiku này có thể dịch sang tiếng Anh thích hợp nhất chỉ bằng một dấu chấm than! Dấu chấm than diệu kỳ mở nguồn thăm thẳm sinh tồn bằng một lời vô ngôn! Vậy thì "Kakine kana" trong câu cuối ta có thể nôm na nói rằng: hàng rào ngộ thiệt! Thế hàng rào có chi mà ngộ? Ngộ là ở chỗ hoa nazuna bung rộ cạnh bên, chứ hàng rào nào dính dáng chi với cái ngộ. Không dưng chữ ngộ bật dậy đôi điều khép mở ảo huyền, ngân lên một cung bậc dị thường mênh mang dưỡng nuôi y bát. Ngộ là nhầm [ngộ nhận], ngộ là gặp gỡ đối mặt nhau [hội ngộ], ngộ cũng là hiểu ra, là vỡ lẽ, là tỉnh giấc [giác ngộ]... Thì ra từ nhầm lẫn [ngộ nhận] ta đối diện [hội ngộ] với sự việc, từ đó khai mở tâm thức để không còn mê muội [giác ngộ]. Tất cả cũng từ một chữ ngộ! Quả là ngộ thiệt chứ chẳng nói chơi hý luận. Không vô minh thì cũng chẳng có giác ngộ như lời thầy, tổ thường nói.

Ông Basho bảo "hãy nhìn kỹ, có hoa nazuna nở dưới bờ rào". Bài haiku thoạt nghe có vẻ cũng tầm thường thôi nhỉ. Nazuna là một loài hoa trắng dại vẫn mọc hoang bên vệ đường mà thiên hạ thường chẳng ai quan tâm hay để ý đến. Nếu nhại theo lời bài hát Hoa Trinh Nữ của Trần Thiện Thanh thì "*hoa Nazuna không mặn mà bằng nàng hồng kiêu sa, hoa đâu dám khoe màu cùng một nàng Cúc vàng tươi*". Tuy nhiên Basho nhấn mạnh, hãy nhìn kỹ. Nhìn kỹ ở đây phải hiểu là nhìn với thái độ chú tâm và tỉnh thức, bỏ hết những phân chia biện biệt để nhìn như một thiền giả. Nhìn bằng con mắt vô niệm như vậy tự khắc sẽ thấy hoa nazuna đẹp như nàng hồng kiêu sa, đẹp không thua gì đóa sen hồng thắm chốn tịnh độ. Một cái nhìn trong tâm thức rỗng không cho tiểu thể hòa tan cùng đại thể, bởi chưng tầm thường hay phi thường, nhỏ bé hay vĩ đại vốn cùng nhất thể chân như. Chiêm nghiệm cánh hoa nazuna khiêm tốn nở bên bờ rào là thấu đáo điểm chín mùi của sự sống, khắc giờ phát tiết tinh hoa, mở toang nút thắt, phơi phới cùng nhân gian. Giây phút đó, ta và hoa là một, không còn biên giới chia cách giữa trong và ngoài, giữa ta và thế giới. Ta vươn vai chạm cùng vũ trụ trong niềm tự tại như chưa bao giờ được "sống", liền khi ấy thấy bắt được tính bình đẳng của vạn vật, không phân biệt sang hèn, to nhỏ, những nhỏ nhoi vốn bị lãng quên của nhân gian đời thường. Kana! Ngộ thay!

Thế kỷ trước, một thi sĩ Việt cô đơn như chưa từng cô đơn, kinh ngạc và sụp lạy một cành hoa vừa nở. Đó là bài thơ ngắn "Thược Dược" của Quách Thoại ít được nhắc đến,

Đứng im ngoài hàng giậu
Em mỉm nụ nhiệm mầu
Lặng nhìn em kinh ngạc

Vừa thoáng nghe em hát
Lời ca em thiên thâu

Ta sụp lạy cúi đầu
(Thược Dược - Quách Thoại)

Tất nhiên là kinh ngạc khi bất ngờ nhận ra đóa thược dược lồ lộ đứng im ngoài hàng giậu. Hoa im sững làm cho ngoại hình như cao hẳn lên, vĩ đại hơn bình thường. Thi sĩ kinh ngạc như thiền sư ở khắc giây hoát nhiên đại ngộ. Hoa không chỉ khoe màu, hoa còn truyền cảm bằng thanh âm tiếng hát. Hoa được nhân cách hóa thành người, thành Em, thành Nàng Thơ, thành Chân Lý, v.v... Phút giây đó, cũng tỉ như phút giây Basho-nazuna, hay Archimedes-Eureka, chỉ hiện hữu khi thi sĩ trong một sát na gay cấn, hốt nhiên kỳ tác thành một tia chớp sáng lòa, nối liền mạch nguồn hương phấn, thiết lập sợi dây liên đới nối hoa với người làm một, kết mình cùng thế giới không chia. Sợi dây ấy vẫn hằng có, chỉ là bình thường vì vô tâm ta không nhìn thấy đấy thôi. Người vô tình để cho mấy cuống đỏ phù dung lặng lẽ một mình giữa lòng núi vắng lặng, không bóng người, *giản hộ tịch vô nhân*... rồi bời bời hoa nở, bời bời hoa rơi... *phân phân khai thả lạc*,

Mộc mạt phù dung hoa
Sơn trung phát hồng ngạc
Giản hộ tịch vô nhân
Phân phân khai thả lạc
(Tân Di Ổ, Vương Duy)

Ngọn cây hoa Phù Dung
Giữa núi nẩy cuống đỏ

Quạnh quẽ cổng bên khe
Bời bời rụng và nở
(Giản Chi dịch)

Câu hỏi không dưng bất chợt vào một sáng hè oi ả nắng, rộn rã lời mây trắng: Hoa nở cho người, hay hoa nở vì ai? Câu hỏi dìu dắt hiện sinh đi về nơi tịch mịch chan hòa cùng cõi thế phong ba, đưa chân đến những chóp đỉnh phong nhiêu dị thường của bát ngát thăm thẳm bất khả tư nghì, họa chăng chỉ có thể thong dong vi vút bằng những giả dụ chênh vênh có lẽ. Có lẽ?

Có lẽ thược dược chỉ thực sự nở khi Quách Thoại cúi đầu sụp lạy để bắt nhịp cầu liên đới cho hoa/người bình đẳng tương lân, tất cả là một, một là tất cả, ta là thế giới, thế giới là ta.

Có lẽ hoa nazuna khiêm tốn như giọt sương đầu cỏ bên đường, *lộ thảo đầu phô*(*), chỉ khoe sắc khi con ếch đánh bõm vào ao lặng khiến Basho dừng bước, gập mình xuống mạch thẳm tồn sinh để thấy nghìn năm sau trước nazuna vẫn phơi phới bên đường mặc cho thiên hạ bàng quan qua lại.

Hay có lẽ, hoa bung lên khi đến thời hoa nở. Chỉ vậy. Như là. Và có lẽ, biết đâu hoa chỉ nở rộ cùng hoa tâm của người khi người biết ngoái đầu hân thưởng giây phút trực diện khôn hàn cùng diệu kỳ trầm tịch vô ngần mở phơi.

Kiếp hoa –
ta nhỏ máu ròng
cho người cười nụ giữa lòng nhân gian

Vũ Hoàng Thư
Tháng 7, 2025

(*) *Thị đệ tử*, thiền sư Vạn Hạnh

Đạt Ma hồi Tây

cội hoa lặng tự đá chồng
vàng cánh hạc
        dựa mây bồng trôi xa
tròn bóng nguyệt
mạn đà la
đường thiên trúc ủ sương sa trượng dài

một chiếc dép
        thỏng tà bay
bàn chân cất –
nhịp khởi?
        hay
hồi về?
trú xứ không
        dặm sương khê
sáu cửa mở rỗng rang hề…
ngõ không

chào thiếu thất
        động vô môn
hoa tuệ ở
tồn lưu đông phương ngàn
quay lưng lại gửi đóa vàng
bên vách đá
một đạo tràng tùy duyên

đường phương tây dọc đạo tuyền
trong veo pháp nhũ
bình yên hồi đầu
bên trong bặt tiếng
vô cầu
tự tâm
hồ bích mày râu một màu
Vũ Hoàng Thư

Xương Hoa

Vàng phai
Trang lặng cuối ngày
Đã phôi nhiếp
        Hạc xương gầy thương tang
Một mai
Nhánh ngủ chiều han
Em rền tịnh độ
        Kệ vang không lời

ừ, biển ơi, gọi trùng khơi
giữa hoan hỉ
        bỗng nghe lời thờ ơ.
Trong "nhỏ nhoi lặng lẽ" (*)
Chờ
Đã len màu lá
Khêu bờ tân thanh

Vũ Hoàng Thư
April 2022

HOÀNG XUÂN SƠN

Hoàng Xuân Sơn : tên thật, bút hiệu
Bút hiệu khác : Hoàng Hà Tĩnh , Sử Mặc . . .
Nguyên quán : Nhân Thọ – Đức Thọ – Hà Tĩnh
Sinh quán : Vỹ Dạ – Phú Vang - Thừa Thiên (Nhâm Ngọ)
Cử Nhân Giáo Khoa Triết Học Tây Phương - Đại Học Văn Khoa Saigon
Cao Học Chính Trị Kinh Doanh
Trước 1975 : Làm công chức, dạy học
Khởi viết từ năm 1963 . Thơ xuất hiện trên Văn, Chính Văn, Nghiên Cứu Văn Học, Khởi Hành, Thời Tập, Nhà Văn
Định cư tại Gia Nã Đại (Montreal) từ tháng 11/1981
Cộng tác với đa số các tạp chí văn học ở hải ngoại và trên liên mạng
Góp mặt trong nhiều tuyển tập văn chương

Đã xuất bản :
-Viễn Phố (Thi tập-Việt Chiến, 1988)-tuyệt bản
- Huế Buồn Chi (Thi tập – Tự ấn hành, 1993)
- Lục Bát Hoàng Xuân Sơn (Thơ – Thư Ấn Quán, 2004)
- Cũng Cần Có Nhau, viết về sinh hoạt thanh niên, sinh

viên giai đoạn 1965-1975 và sinh hoạt Quán Văn tại SàiGòn (Phóng bút -Nhân Ảnh,2013)
-Thơ Quỳnh (ebook – thi tập do T. Vấn & Bạn Hữu cùng tác giả phát hành, 2017)
* Thơ Quỳnh đã được Văn Học Mới (Hà Nguyên Du chủ trương) xuất bàn và phát hành trên Amazon.com

* Tìm Dấu Thu An Trên Cung Khải Nguyên, thi tuyển Nguyên Xuân (San Phi - Hoàng Xuân Sơn)

Dự tính trong tương lai, in ấn và phát hành:

- CD Quỳnh Hương trình bày ca khúc của mười nhạc sĩ tiêu biểu .
- Ở Dạng Bản Thảo (Liên khúc thơ)
-Thơ Phiêu - Sử Mặc
- Lục bát HXS toàn tập
- Đóa Hồng Buồn Trên NgọnTháp Khô - Thơ tuyển liên mạng
-Thù Tạc (với bằng hữu)
-Tuyển tập Nhạc Ngoại Quốc Lời Việt, HXS phóng chuyển
- Lục Bát Nguyên Xuân (San Phi - Hoàng Xuân Sơn)
-Viễn Phố - Thơ tuyển HXS, tái bản

HÀ KHÊ

Có một bữa anh mơ mình đuổi ngựa
Chạy điên cuồng theo tới ngọn hà khê
Rừng phất phơ như tình mình quá lửa
Ngựa đi rồi cây cỏ cũng sầu tê

Có một bữa anh nhìn em té xuống
Muốn nâng lên mà ngại quá vô thường
Em cứ ngã cho đời dài đau đớn
cho anh ngồi buồn trong một vết thương

hxs@1983

VIẾT TRÊN ĐÁ

chiều đi sẫm mặt đá buồn
gởi yên chút nắng bên vườn mây trôi
còi khuya Thạch Lũng xa rồi*
ngựa xe trăm chuyến ngược xuôi tình nhà
mai về núi ở cùng ta
chút lòng viên ngoại rót qua trường đình

hoàng xuân sơn
1988
*Thạch Lũng (Stone Vale), chữ của Võ Đình; nơi cư ngụ cũ của họa sĩ trước khi xuôi nam

TUYẾT

Tuyết đến thế là cùng
dăm ba ngày đóng cửa
tạ lòng bạn viếng thăm
mùa đông như sợi chỉ
giăng mắc đến muôn trùng
ngồi buồn châm ngọn lửa
đốt những vòng hư không

SNOW

Snow as if never had yet
A few days closed up the door
Returns the kindness of visitors
Winter looks like a thread
The stretch eternally over and over
Sitting sadly to catch a fire
To burn the emty circles

HOÀNG XUÂN SƠN
Viết và chuyển ngữ

THIÊN SỬ

Lên đồi sương ướt cỏ vàng
Hồi chuông phá tịch vỡ ngàn thông xanh
Bỗng nhiên trời đất trao tình
Con chim ẩn sắc trên cành hư vô
Nhìn nhau khe suối hững hờ
Đêm qua vũ nguyệt dưới bờ trúc hiên
Về thôi một cõi ba miền
Môi đời đã nhạt mầu thiên sử buồn
hxs@1982

N ƯỚC CHẢY

Nước chảy đi rồi không lộn lại
Mà người đứng mãi ở bờ sông
Con đò khẳm nặng tình ni nớ
Hò thảm. đêm ai mới lọt lòng

LIỄU Y

Áo mỏng bay rồi
áo mỏng
bay
em tan
 như một giọt
sương gầy
vàng xưa tóc mộ chân hài xảo
áo mỏng xa rồi
mây nước mây . . .

PHƯƠNG THẢO

Đêm khuya xác bướm trăng tà
Trong vườn rụng một bông hoa tưởng người
Hài thơm dấu một phương đời
Gầy xanh cổ nguyệt tóc ngời vĩnh ly
Màu nguyên lương
Áo thục quỳ
Màu băng phiến gột hết tì ni xưa

TỎ TÌNH

Đã nghe trăng hú lần nào
Một đêm nằm gối trời sao ngợp hồn
Ô
Thân nhỏ bé như còn
Mà chân sương lạc về non cao đấy

Em như phiền muộn đông tây
Mới đêm hôn nụ đã ngày phất phơ
Đã nghe mưa hát bao giờ
Mưa thâm kim chín mưa mưa
Tỏ tình

TUÝ VÂN

Mây say nằm giữa nước trùng
qua đò nhẹ mái chèo không với người
hỏi đường ra tới nghìn khơi
biển xanh
hồn cũ
màu trời
chuyến xưa
rồi xa đi mấy sông đò
tiếng chuông hồi tỉnh lòng thơ dại về
1993@huebuonchi

Dựa Cột

Một lần
dựa cột nằm nghe
chim trời
cá nước
gọi về hư không
trăng sao
tưởng để trong lòng
ai ngờ
vãn lục phai hồng thế kia
buộc vào
một nhánh sương khuya
chờ mai nắng lửa
tan lìa
nguyện hư.

Lượng xuân

Ngửa lòng
uống một lượng xuân
chén nâng đầu ngõ
hoa trùng phùng
tươi
thấy trăm hồng diện bên đời
và mắt môi sáng
giữa cười thanh thiên
chén nghinh
trút hết lụy phiền
chén ngây ngây mộng
bình yên
cõi người
xin nồng
cạïn một chén tôi
mừng uyên ương
giữa
núi đồi
ly tan.
avril. 2000

Suy tôn
Khuya
rất mông. dấu chân về
ngù trên phiến lá
tỉ tê giọng buồn
chan. dầm
bátbátmưatuôn
lẻ loi hồn cũ
cương cường điệu tân
ai dang xa nghe đôi
gần
vút

xung thiên hạc
phật phần
cánh suy
ngón vin mai phục trường kỳ
đón. hơ hỏng một sầu bi trụi trần
xé đời
quỷ quyệt phù vân
bàn tay nghe vụng
sinh phần
láo liêng
người về hả một cơn điên
mưamưa. dứt lạc
cõi miền tấn phong.

Không ba. tháng tư cá, đọc Hà Nguyên Du

Xứ tình
(lâu không đọc thơ tình)

Nâng hoa. sương. trầm mặc
cây
vi lô trứng rụng. bướm ngày
phiêu sinh
ta
trăm lạt buộc vô hình
ngất ngư đứng giữa phồn vinh cuộc đời
em còn
ngâm
tẩm
hong
phơi
nhụ hương đã thắm
cuộc hời nhân gian
để cho sương nắng bàng hoàng
mà ta vẫn đấy

lẩm than xứ tình
hỏi lòng
buồn cứ u minh
âm âm từng nỗi cực hình dấu yêu
em bay
phố thị trăm chiều
nhìn ta một bữa
hồn xiêu lạc
dần.
thượng tuần tháng mười linh hai

Gợi tình

Sâu, nằm. cấu tứ hoang mang (*)
ngọc ung se kết nên ràn rụa
tim
vương tơ sợi máu im lìm
đến thác đến thác. nợ, chìm
hân hoan
kiếp mai
gợi chút tình tàn
cuộn. đo vóc vạc
tẩm tang
xứ đời
như hương như hoa tẩm
lời
như mật như nguyện
như trời
rót
thơm.
13. 07. 03
(*) Quách Tấn - "Tình hoang mang gợi tứ hoang mang"

Tĩnh sắc

Ướt giùm
một hạt mưa sa
tôi về hạ giới
ôm tà nguyệt
đau
thở qua trì giác
không mầu
làm sao vẽ được
ngàn sau
nhục hình
một tờ thân
nhẹ
như kinh
cũng về theo gió bất bình
thở than
mai sau hạt giống khô vàng
còn tôi ?
còn với trần gian
họa hoằn.

1990

Mưa xuân
Chợt nghe
khúc khích mưa
cười
mười năm tái hội
cơn lười lĩnh
ru
đã lâu
xa hãm bụi mù
cõi xanh biền biệt
ao tù đản sinh
sáng nay
nguyên đán một mình
trải hồn xuân
với mưa tình tứ
giăng
cửa xôn xao nói vĩnh hằng
ừ, nên một cụm
hoa
    trăng
vẽ vời.
đầu bính tý

Xuân Sử ở One-Tree-Hill

Đồi một cây
cây một đồi
trông lên thiền tỏa
xuống ngồi thức mây
tay nâng niu bát sum vầy
hứng xanh châu lụy sớt đầy
khổ duyên
bứng sang hồng thắm cõi miền
hạt chan chứa gội hồn nhiên tảo tần.
mai. 97

CỨ Ở

Trong tôi không một chữ Thiền
Chữ Phật mù tịt
Ở riêng nhân trần
Sống ở giữa lằn phân vân
Đường ngang
Vạch chéo
Lần khân cực kỳ
Tôi sống
Tôi đang
Tự vì
Tôi là tôi của huyền vi
Động tình
Nên là cửa ải tâm linh
Mở ra suốt một lữ trình qua phân
Không tuyệt đối
Không toàn phần
Tôi vi vu với huyền ân cuộc mời
Ghé lại đây
Nhé
Cùng chơi
Ván bài mâu thuẫn hết đời lưu cư
•
h o à n g x u â n s ơ n
25.8.25

NGỒI VỚI CHỮ

[s t a y w i t h w o r d s]

Tôi ngồi với chữ ốm o
Mà sao rậm rịt như lò quyên sinh
Ngồi tôi với chữ vô hình
Hóa duyên thinh lặng cùng đinh diệu kỳ

Hạnh phúc khi không còn gì
Ngồi nghe chuỗi hạt vô vi đời chiều
• • • •
@12:07pm.aug16hxs25

DÂNG HƯƠNG PHÙ VÂN

Mời em bông cải mười phương
Để trăng rằm thính mùi hương độ trì
Trắng tinh màu của khoai mì
Đậu ơi đừng phụ hân ly cuộc trần
Mời em một đóa phù vân
Hạt cơm trắng dẻo hồng ân ruộng đồng
Xin đừng gia vị sương không
Còn đây trai tịnh cõi bồng phục linh
•
hxs@15aout25

ĐỊNH HƯỚNG

Vừa chui ra khỏi mồ h(c)ôi
Bỗng giọt trở lại ngùi ngùi thương thân
Ta phế tích đến mấy lần
Cung nhiên hạo đã lẩn phần máu xương
Ơn lâu. ngõ cụt thiên đường
Cái đáy túi xách tận tường hoan trinh
Ta chưa bao giờ hôn mình
Mà cơn đau sớt vì tinh tú này
Rót rất thầm ngọn chỉ tay
Khúc nào mạt lộ về chân mây nằm
Bàn tay luôn là thang âm
Xin nhau định hướng vu cầm
một khi
)(
h o à n g x u â n s ơ n
12 aout 25

NÓNG CŨNG CƯỜI

[Biết đâu tỉnh thức một lời dâng hoa]
Nóng lòng
Ta cởi áo ra
Không dưng lại nổi dương sa khắp người
Nhờ em nói hộ ông trời
Thả người bắt nắng
Ra chơi với mình
Biết đâu mưa
Rơi thình lình
Có hột
Có hạt
Cho tình ướ(c)t xuân
Nóng quá
Áo thả ngoài quần
Bàn tay mát rượi vừa tuân thủ
Cười
•
hxs@2h08.120825

GIƠ XƯƠNG

Ừ thì em ốm có sao đâu
Trơ xương. và cách thế buồn rầu
Tuồng như bài cách trí gian lận
Xương là xương. và đau vẫn đau

Cái đau chẳng phải từ xương thịt
Là của mê man thần chữ gầy
Thế giới ốm ba ngàn lau sậy
Chỉ sợi tóc dài nghi ngút bay

Thức xám. hồng quang và tâm niệm
Dắt ánh sáng đi khắp đồ hình
Em thả một nét tình bay lượn
Lâu rồi không ai thấy bình minh

Chỉ ta thấy mình trong bóng tối
Rờ rẫm thân. xác đó hồn đâu
Đêm lụi kích tiềm thức một mũi
Ngợp thênh thang nước đổ qua cầu.

@hxs
8.Aout.25

H Ồ N G
H Ạ N H

Mai xưa về tới cửu thiều
Bát âm nghe thiệt mỹ miều nhân sinh
Vào trong đội ngũ từ linh
Sen hồng lục tạng hiến tình phương du

Đi qua huyền hạ phân từ
Nhạc thanh khuyến dụ vàng thu ở cùng
Trần là một cõi đụng chung
Hình nhi hạ biếm lãnh không trung đầy

Cứ là sao. bay. với mây
Huyền cơ. ngụ ấy cầm tay trùng phùng
Một vẫy chào đôi, sóng chung
Từ trường dậy đã âm dương hút vào

Vi lô ngẩm. mạch. nôn nao
Chờ nhau nghìn vạn kiếp nào âm vang
Ghé lưng anh cõng lên đàng
Vào minh thi với tình tang dậy bờ
Ta từ hồng hạnh nên thơ

)(
h o à n g x u â n s ơ n
Aug. 19, 2024

TRẦM NGẢI

Đi thật lâu rừng
Không trầm
Chợt nghe kỳ nam nhủ
Âm thực rồi
Đường dài ngải cũng mòn hơi
Em đi tiền đạo
Tôi lùi phía sau
Dựa lưng nước nghe rì rào
Trăm năm bức bối
Nẻo vào thủy cung
Em lội suối
Tôi băng rừng
Phù hoa ở giữa lưng chừng cuộc chơi

@hxs
7.9.25

DƯỚI BÀN CHÂN SAO

Khi tôi đi dưới ngàn sao
Không dưng bước hụt giẫm vào bóng tôi
Một vì tinh đang ngủ ngồi
Đưa tay hái với đường rơi nọa tình
Lạc mất dấu tôi. in hình
Tờ trăng nhợt nhạt trả xinh cho người
In hình. búi tóc ai cười
Kẻ du mộng hát nhảm lời rao khuya
Sực tắc. tiếng gõ vô bờ
Chuyến xe vào bến hồ lô dọ đường
Thẳm dài cơn mộng du dương
Về đâu tôi hết biết tuồng vi phân
Một vì sao chợt nhân văn
Rủ tôi sáng bạc trên lần chia xa
Về đâu sông cũng nại hà
Về đâu chỉ thấy sao sa mịt trời

•
h o à n g x u â n s ơ n
6 sept 25
Vu Lan Ất Tỵ

THỜI KHẮC

Hãy dậy sớm như chim
Líu lo ngoài khung cửa
Hãy ngủ muộn cùng đêm
Thắp một vì sao tỏ

Khoảnh khắc giữa đầu hôm
Có khi đời lân mẫn
Một giọt sương đạm hồng
Như nụ tình mới chớm

Một câu thơ tuổi già
Động tâm mùa sinh thái
Đường thở gần rất xa
Bước đi và quành lại

Ước gì ta cùng nhau
Ngược xuôi về bến trạm
Nhìn ra những đường tàu
Song hành vào thăm thẳm

Để có một hôm nào
Gió trăng ngoài đại mạc
Chở về chút nôn nao
Hoài âm tình đã chết
•
h o à n g x u â n s ơ n
25 aout 25 @1203

MÂY KHÔNG BAY

Trên cõi mây buồn tứ xứ
Em đi như em đang trôi
Có thật em hay phù ảo
Mây bay hay trôi xa vời

Định mệnh như là lốc xoáy
Ta phẳng phiu lật mặt chìm
Lụa là thơm những nếp gấp
Bồ đề mắt khép lim dim

Cũng bởi tâm thiền xá lợi
Nên yêu đắm một trần đời
Em từ đạo tràng cổ tích
Sao thầm gọi khẽ người ơi

Lời dâng vi sinh nhỏ nhẻ
Mà kim đâm buốt thượng ngàn
Hôm ta không còn tỉnh thức
Hiến tình rợn nỗi bình an
Không một niệm từ bóng đứt
Ai khơi lực điện dương tà
Mặt trời không một dây trói
Mù sương bỗng đọa nguy nga
•
h o à n g x u â n s ơ n
23 aout

M Ù C Ũ N G L À S Ư Ơ N G

Long đong một lá sương tôi
Có khi mỏng dánh như trời ban mai
Em rơi không. giọt vắn, dài
Chân như mỗi nỗi u hoài biển xa
Đời còn dính líu bao la
Từ lâu. quyển ấy không nhà viết tên
Trong lời chuông quả đã rền

Chỉ còn móng sắc cào lên vệt buồn
Thôi thì mù cũng là sương
Chim bay viễn tượng khúc thường ngộ xuân
)(
h o à n g x u â n s ơ n
16 Aout 2024
* *

TRÊN VAI TRÊN LƯNG

Thật rền
Lúa nếp giêng hai
Miếng xôi gạo hẻo
Lưng
Vai
Ruộng đồng
Về quê tay bế tay bồng
Bước đi chân đất áo hồng bụi trăng
Năm xưa
Một dải sông hằng
Vốc tay từng nắm thủy băng đợi chờ
Kỷ hà
Một liếp trinh thơ
Yêu từng gút mắc
Hẹn hò trùng lai
Có
Không
Một chuyến đi dài
Bao giờ ghé lại
Giêng hai điệp trùng
Xâu nỗi đời
Chuỗi mông lung
Hạt thân phận đã dự phần
Âm dương
Cuối biên khu một con đường
)(
h o à n g x u â n s ơ n
15.8.24

HÀ NGUYÊN DU

Tác phẩm đã xuất bản :

-Trong Mùa Lá Xanh (thơ) in chung 1970

. Lối Khác (thơ) 1998 Tân Thư xuất bản - 2018 Văn Học Mới tái bản

. Anh Biết, Em Yêu Dấu (thơ) 2001-Tự Lực xuất bản - 2018 Văn Học Mới tái bản

. Gene Đại Dương (thơ THT) 2003 -Tạp chí thơ xuất bản - 2018 - Văn Học Mới tái bản

45 Bài Ca Tân Cổ Giao Duyên 2005 (bút hiệu Trường Khanh) - 2018 Văn Học Mới tái bản thêm 1 bài nữa thành 46 Bài Ca Tân Cổ Giao Duyên

. Vầng Thơ Trên Đóa Quỳ Vàng 2018 (Văn Học Mới xuất bản & phát hành)

. Phát hành CD Hà Nguyên Du phổ thơ Tân Hình Thức (2013)

-Thơ Toàn Tập I Hà Nguyên Du – Văn Học Mới ấn hành 2021

oOo

Có mặt trong :

-Thơ Không Vần - Tuyển tập thơ Tân Hình Thức 2006

-Tuyển tập thơ Tân Hình Thức 2016

-Tác Giả Việt Nam 2005 - 2017 do Lê Bảo Hoàng Sưu tập

-Tuyển tập 33 Nhà Văn Nhà Thơ Hải Ngoại (Tuyển tập nhận định văn học, do Nhà Biên Khảo và Phê Bình Văn Học Nguyễn Vy Khanh biên soạn.

-Bốn Mươi Năm Thơ Việt Hải Ngoại - Nhà Thơ Nguyễn Đức Tùng biên soạn.

- 44 Năm Văn Học Việt Nam Hải Ngoại (do KT, LH & NVK thực hiện)
- Trăm Cây Nghìn Cành (PV/Văn Học) do Nhà thơ Triều Hoa Đại - NXB Văn Học Mới 2020
- Tuyển tập Tình Cha Nghĩa Mẹ, do LH,LH& NT thực hiện
-Tuyển tập thơ Tình Cha Nghĩa Mẹ, LH, LH & NT thực hiện
-Tuyển Tập Thơ Nhiều Tác Giả: "Tình Thơ Mùa Thu", do NXB Nhân Ảnh ấn hành-2020
-108 Nhà Thơ Nhà Văn Việt Giữa Thế Kỷ 20 (Q- thượng). Nhà thơ Ngô Nguyên Nghiễm soạn
- Ký Ức – Tuyển Tập 10 Tác Giả Thơ Văn Kịch –Ngô Nguyên Nghiễm & Trinh Bửu Hoài soạn
- Hóa Thân – Thơ Văn Nhận Định Văn Học - 7 Tác Giả - Ngô Nguyên Nghiễm & Trần Hữu Dũng chủ biên
- Thời Gian - Tuyển tập 7 Tác Giả
  Ngô Nguyên Nghiễm & Hồng Bàng chủ biên
- Về Nguồn - 7 Tác Giả Thơ Văn Kịch Họa
  Ngô Nguyên Nghiễm & Lê Trúc Khanh chủ biên
- Dấu Ấn Thời Gian - 7 Tác Giả Thơ Văn Nhận Định Văn Học -Ngô Nguyên Nghiễm & Hồng Bàng chủ biên
- Hồi Tưởng - 7 Tác Giả Thơ Văn Nhạc Họa
  Ngô Nguyên Nghiễm & Lê Trúc Khanh chủ biên
-Phụ tá Chủ bút tạp chí Chủ Đề của Nhà Văn Nguyễn Trung Hối
-Điều hành tạp chí Văn Học Mới & Nhà xuất bản Văn Học Mới - 2018

Tác phẩm sẽ xuất bản

. Tuyển tập nhạc : Cho Em Bài Sonnet, do các Nhạc sĩ nổi tiếng đã phổ thơ Hà Nguyên Du
. Tuyển tập nhạc do Hà Nguyên Du sáng tác
. Chuẩn bị sẵn CD Nhạc Hà Nguyên Du sáng tác
. Gene Đại Dương 2 (sẽ in tập thơ THT tiếp theo tập 1)
. Thán Ca Giống Người Đi Một Chân
. Thơ Haiku Theo Tân Hình Thức (Tân Hài Cú Việt)
- Tuyển Tập Tiểu Luận: Thuộc Tính Văn Học Nghệ Thuật

HÀ NGUYÊN DU
Khúc Thiền Tình:
Nàng Thơ Trong Bóng Lặng

(Zen of Longing: The Muse in Stillness)

1. Ta bản gió

Như áng mây trôi
tìm khung tĩnh lặng
Ta buông lơi
xoải cánh muộn phiền

Trăm ngõ đời
trầm lắng sắc ưu biên
Ngộ một kiếp
chẳng cầu chi vạn kiếp

Ta bản gió,
thổi xanh miền lục diệp
Đau niềm chung
hoá kiếp bụi hư không.

Ngước mắt lên trời
xanh cao vọng tưởng
Lòng tịch liêu
cười nụ cười mênh mông

2. Lối chia phân

Bước truy vấn
hồn buồm say đuổi gió
Thấy dư đồ
rách toáng nẻo bơ vơ!
Vô thường phủ

mở ra ngàn cánh cửa
Ta phiêu bồng
ấm lạnh đời thơ thơ
Đành phận lá
ngậm hờn xuôi loang lỡ
Ngược xuôi nào
phun phí hết trầm luân?!

Bờ tịch lặng
dã tràng điên đảo cát
Ngu ngơ nào?
chịu rẻ lối chia phân!

3. Tương ái

Sắc không sắc
lòng khẽ khàng khai lối
Trăng soi mình
con nước trôi ơi phi nhân ..!

Hư ảo hóa
mà sao ngờ thăng sắc?
Ta phiêu say...
men lú lụt căn phần!

Buông bỏ nhì?
Nhẹ nhàng chăng
ngón mộng?
Hồn kệ kinh
Ám ảnh chiều chuông ngân

Cành nhân thế
như tàn "hoa tỉnh thức"
Bản lai nào
Tương ái cùng diện nhân

4. Thi nhân ơi
Thân thế đó
thoát gì qua ải vực
Bước ru hời
Tan tác cạn dòng châu!
Nhả con chữ
hoà trăng non phi vút
Thi nhân ơi
Thánh nữ nào bể dâu ?!

5. Mơ tiên

Chốn nhân thế
Có khi ngời nhan sắc
Ta khi nao thanh thoát
tựa trăng rằm?

Và mỗi sớm
Như lời kinh vang vọng
Tình dây dưa
dung dưỡng thân long đong

Nhớ quay quắc
Mưa cuồng giai điệu lá
Điệu vẫy vùng
như vỗ nhịp khinh công!

Ta vuốt mặt
mơ lòng như giấy trắng
Trắng tinh khôi
Mặc ma quỷ lên đồng!

6. Thương quá chuyện…

Đời như mộng
có tình em ru sóng ...

Sen non nhú
mê hồn ta toả ngát
Chẳng phân trần
đâu sắc sắc không không!!
Hương cuốn nhẹ
mọi phù hoa theo gió
Mộng đôi mình
chung kết nhuỵ như lai!

Chốn thinh lặng
ta tìm nơi an trú
Ơi! thăng trầm
thương quá
chuyện buông tay!

7. Tình khói nhang

Hoàng hôn tóc
nỗi người thêm u uất
Cả bình minh
Biếng hiện vào không gian

Ta lặng lẽ
giọt tinh chiều
xuất nhớ
Hồn dạt trôi
ray rứt niềm ly tan
Âm sương rót
Ru hồn như tiếng mõ
Ta răn lòng
bản thể tình khói nhang!

8. Giấc mơ Thu

Nụ cười mỉm
thắp lên điều vi diệu

đầy khổ lụy tranh danh!
Ta ngồi lại
với hư vô tịch mịch
Như sen vàng
Lay nhẹ giấc mơ thu.

Sóng ký ức
tan cùng mùa úa lá
Chừng yêu em
Dáng liễu xoay sa mù

9. Du phương tìm trú xứ

Hương thiền động
theo gió ru đêm đêm.
Ru ta kẻ …
du phương tìm trú xứ

Có ai không
giữ lại khúc êm đềm
Khúc cất lên
từ môi khách lữ
Phổ từ thơ trầm mặc
tình uyên nguyên

10. Núi ngôn từ
Trời vẫn cao
Ngàn năm đầu ngất ngưỡng
Bụi bay nhừ

Mưa nắng vẫn cam go
Ta nào tỉnh
Gã nhân tình bi lụy
Con ngựa già
đuối vó tàn căn cơ

Ngồi đầu gió
nghe mùa thu khép cửa
Lá xạc xào
như tiếng gọi hư linh
Tôi khẽ mỉm
nụ cười không cội rễ
Lòng chu du
thực thực lẫn mơ mơ.
Nhang nhân ngãi
cấm vào lư dâu bể ...
Trời thi ca mọc lắm
Núi ngôn từ

11. Vẫn ngự tòa sen

Cõi tâm linh
nương nhẹ bóng trăng ngà.
Thuyền xuôi sóng
bao sông đời lặng lẽ
Một góc nhìn…
vẫn đủ thấy bao la.

Nàng là trăng soi
long lanh thiền tính
Ta trụ thần
cho bớt rối cuồn tơ
Mỗi điều tiết
thở ra dường kệ chú
Không kiết già
Hồn vẫn ngự toà sen

12. Kể từ khi!

Chạm tay ngà
Như dìu thực vào mơ

Tay trắng gõ
Trên cung đời loang lỡ!
Âm suối nguồn
Đay nghiến điệu ăn năn
Ta biết rõ
Từ khi ta biết rõ!!
Ngày lăn tròn hai buổi
chính là ta!
Ta chính là ta
Là viên sỏi cuội
Kể từ khi
Ta biết rõ
Kể từ khi!!!

13. Sao đưa

Cõi vô niệm
bỗng thành nơi cư ngụ
Chốn hư trầm
chân đến tiễn chân đi
Nàng bước nhẹ,
gió lùa qua kẽ tóc,
Hồn ta nghiêng
theo lá vẫy bồ đề

Từng tiếng mõ vọng vào
lòng hư huyễn
Gọi tình xưa về trú
giữa cơn mưa.
Cây chánh niệm
lá cành như xao xuyến
Nhập định rồi
Trăng sáng hóa - Sao đưa?

14. Lan tỏa xứng tồn sinh

Tựa hoa sim nở tím
giữa tàn canh.
Nàng ngự trị
cho thi ca thổn thức

Lòng thơ ơi
nghiêng nước chao thành.
Nàng mưa nắng
thơ càng thêm bung mạch...

Thắp lên tim
một ngọn lửa mơ mòng
Ta yên lặng
như tường rêu am cốc
Mà tình si
vang động khắp thiên thu

Hình bóng ấy
một chân kinh nạm ngọc
Luân hồi chi
Lan tỏa xứng tồn sinh!

15. Ấn son thơ!

Mỗi dòng thơ
là mạch máu tim mình
Thơ hẳn biết
từng ta đêm tụng niệm?
Tình thơ ơi
Đã là vầng nhật nguyệt
là ngôi hoàng
rạng rỡ ngự trên ngôi

17. Gió phân bua!!

Mỗi cơn mộng
là một lần trút bỏ
Hơi thở sinh sôi
Nào thoát hoang tàn!

Nàng hiện đến
như kim văn cổ ngữ
Từng chữ tình
sóng dộng biển nhân gian

Chân nhúng nhượng
Giả lộng hành
Tung tác
Em thiền trông
Mưa thối đất
Nghe phân bua!!

18. Rối tơ

Ta vẫn viết
dẫu tay mình tủa máu
Từng nét rời
tụng niệm cơn vô ngôn

Nàng là chữ
bay qua miền sắc giới
Là cánh sen
không vướng bụi hoàng hôn
Trong sâu thẳm
ta tìm đường an tịnh
Dẫu trần ai
rối rắm cuộn tơ tình

19. Ngát tận vô biên

Tôi khép lại
khúc tình thiền
diễm ảo
Giữa tâm linh
lặng lẽ đóa diệu huyền

Thơ vẫn rạng
như vầng dương hiển hiện
Hương tình yêu
Vẫn ngát tận vô biên!

20. Soi chiếu trần ai

Tôi gọi Nàng thơ ơi
thơ Như Lai
Thơ ngự trên đài sen
trầm hương bay
Ta một kiếp làm thơ
Thành Thi Kệ
Theo ánh đạo vàng
Soi chiếu trần ai

HÀ NGUYÊN DU
May 25/25

HÀ NGUYÊN DU
Giác ngộ trực quan hay qua thiền định… *đâu là thực tại logic và khoa học?*

Câu hỏi của bạn về giác ngộ trực quan và thiền định *liên quan đến những khái niệm sâu sắc trong triết học và* tâm linh.

Dưới đây là một số khía cạnh để xem xét:

1. Giác Ngộ Trực Quan:

- *Giác ngộ* thường được mô tả như một sự hiểu biết sâu sắc về bản chất của thực tại. Trong nhiều truyền thống tâm linh, điều này có thể đến một cách bất ngờ, thông qua một khoảnh khắc "Aha!" khi một người nhận ra sự thật về chính mình và thế giới.
- *Từ góc độ logic và khoa học, giác ngộ trực quan* có thể liên quan đến những khám phá bất ngờ trong khoa học, nơi mà những ý tưởng phức tạp trở nên rõ ràng hơn qua một cái nhìn mới.

2. Thiền Định:

- Thiền định là một phương pháp luyện tập tâm trí, giúp người thực hành phát triển sự chú ý và ý thức. Nó thường dẫn đến những trạng thái tinh thần sâu sắc, có thể dẫn đến giác ngộ hoặc nhận thức cao hơn về bản thân và vũ trụ.
- Nghiên cứu khoa học đã chỉ ra rằng thiền có thể mang lại nhiều lợi ích cho sức khỏe tâm thần và thể chất, bao gồm giảm stress, cải thiện sự tập trung và tăng cường cảm giác hạnh phúc.

3. Thực Tại Logic và Khoa Học:

- Từ góc độ khoa học, các hiện tượng như giác ngộ và thiền định có thể được phân tích qua các nghiên cứu về não bộ, tâm lý học và các lĩnh vực liên quan. Tuy nhiên, nhiều trải nghiệm tâm linh và trực giác không dễ dàng đo lường bằng các phương pháp khoa học truyền thống.

- Mặc dù khoa học có thể cung cấp các công cụ để hiểu các hiện tượng này, nhưng những trải nghiệm cá nhân vẫn mang tính chủ quan và không thể hoàn toàn lý giải bằng logic.

Trong khi giác ngộ và thiền định có thể mang lại những hiểu biết quan trọng, cả hai đều phản ánh những trải nghiệm sâu sắc về thực tại mà có thể không hoàn toàn phù hợp với tiêu chuẩn logic và khoa học. Sự kết hợp giữa trải nghiệm cá nhân và quan sát khoa học có thể giúp mở rộng hiểu biết của chúng ta về thực tại. Để thích nghi với thời hiện đại hậu hiện đại, việc chọn giữa giác ngộ qua trực quan và thiền định có thể phụ thuộc vào từng cá nhân và hoàn cảnh cụ thể. Dưới đây là một số điểm mạnh của cả hai phương pháp:

1. Giác Ngộ Qua Trực Quan:

- Tính Đột Phá:

Giác ngộ trực quan thường xảy ra đột ngột, giúp người ta có cái nhìn mới về vấn đề hoặc sự thật. Điều này rất hữu ích trong thế giới hiện đại, nơi mà sự thay đổi nhanh chóng và sáng tạo là rất cần thiết.

- Tư Duy Phản Biện:

Khả năng nhận ra mối liên hệ giữa các ý tưởng và tạo ra những giải pháp sáng tạo từ những thông tin phức tạp có thể được nâng cao thông qua giác ngộ trực quan.

2. Thiền Định:

- **Giảm Stress:** *Thiền* định có *thể giúp giảm căng thẳng và lo* âu, *điều này rất quan trọng trong xã hội hiện đại* đầy áp *lực.*

- **Tăng Cường Sự Tập Trung:** *Việc thực* hành *thiền* định *giúp cải thiện khả* năng tập trung *và nhận thức, cho phép cá nhân hoạt* động *hiệu quả hơn trong công việc và cuộc sống hàng ngày.*

- **Phát Triển** Tâm **Linh:** *Thiền* định có *thể giúp tạo ra một sự kết nối sâu sắc hơn với bản thân và thế giới xung quanh, từ đó mở rộng nhận thức và sự hiểu biết.*

-Kết Hợp Cả Hai:

- **Sự Tích Hợp:** Thay vì chỉ chọn một trong hai, *việc kết hợp giữa giác ngộ trực quan và thiền* định có *thể mang lại lợi* ích *lớn hơn. Bạn có thể thực* hành *thiền để phát triển sự chú ý và tỉnh thức, từ đó tạo điều kiện cho những khoảnh khắc giác ngộ trực quan đến với bạn.*

- Thích Nghi Linh Hoạt: Mỗi người có thể có phong cách và phương pháp riêng để học hỏi và phát triển. Việc thử nghiệm và tìm ra phương pháp nào phù hợp nhất với bản thân trong bối cảnh hiện đại có thể là cách tốt nhất để thích nghi.

Cuối cùng, lựa chọn giữa giác ngộ qua trực quan và thiền định *sẽ phụ thuộc vào mục tiêu* cá nhân, *cách mà mỗi người trải nghiệm thế giới, và những giá trị mà họ theo* đuổi *trong cuộc sống.*

HÀ NGUYÊN DU

(Trích : Thuộc Tính VHNT - Tuyển tập tiểu luận HND)

HÀ NGUYÊN DU
Hiểu được khái niệm TÁNH KHÔNG ...
Chúng ta sẽ đạt được sự Bình An và Giải Thoát.!

Trong Phật giáo, "Tánh Không" *(Sanskrit: Śūnyatā)* là một khái niệm triết học sâu sắc và trung tâm của các trường phái Đại Thừa (Mahayana) *và Thiền Tông. "Tánh Không"* có thể hiểu là **"không có bản chất tự tính"** hay *"tính không cố định"* của mọi hiện tượng. Điều này có nghĩa *là mọi sự vật, hiện tượng trong thế giới không có bản chất tồn tại độc lập, vĩnh cửu*, mà luôn thay đổi, phụ thuộc vào **duyên khởi** *(sự tương tác và quan hệ với các yếu tố khác).*

Giải thích chi tiết về Tánh Không:

Không có tự tính cố định:
Tánh Không khẳng định rằng không có vật thể nào, *từ những đối tượng vật lý đến các trạng thái tâm lý, có một bản chất cố định, tự thân. Tất cả đều là kết quả của những điều kiện duyên khởi, nghĩa là mọi hiện tượng chỉ tồn tại khi có sự tương tác giữa các yếu tố khác. Khi các điều kiện thay đổi, sự vật cũng thay đổi hoặc tiêu tan.*

Tánh Không và sự vô ngã:
Tánh Không liên quan mật thiết đến khái niệm ***"vô ngã"*** *(Anatta)*, một nguyên lý cơ bản khác trong Phật giáo. **"Vô ngã"** chỉ ra rằng không có **"cái tôi"** hay **"bản ngã"** cố định, *bất biến trong mỗi người*. Con người, cũng như mọi sự vật, chỉ là một *tập hợp các yếu tố tâm lý và vật lý*, và "**không có gì tồn tại độc lập, riêng rẽ.**"

Tánh Không "không phải là sự phủ nhận":
Tánh Không *không* có nghĩa *là phủ* định *sự tồn tại của mọi*

thứ, **mà ngược lại,** nó *khẳng* định *rằng mọi thứ tồn tại trong mối quan hệ* tương tác *phức tạp và phụ thuộc lẫn nhau.* **Hiểu** được **Tánh Không** *giúp chúng ta* ***vượt qua những chấp ngã và phân biệt đối xử, nhận ra sự liên kết sâu sắc giữa tất cả mọi thứ trong vũ trụ.***

Tánh Không và Giải Thoát:

Trong con đường tu tập, **nhận thức rõ về Tánh Không là một bước quan trọng** để **đạt đến sự giác ngộ.** Khi hiểu và *thể nghiệm* được *Tánh Không, người tu* hành có *thể thoát khỏi sự chấp thủ vào bản ngã, vượt qua khổ* đau *và đạt tới niết bàn (Nirvana), trạng thái giải thoát khỏi luân hồi sinh tử.*

Vai trò của Tánh Không trong đời sống thực tiễn:

Hiểu và thực hành Tánh Không giúp con người:

Giảm bớt sự chấp thủ:

Khi không còn bám víu vào cái tôi hay bất kỳ điều gì là cố định, *con người sẽ bớt* đau *khổ trước những biến* đổi *trong cuộc sống.*

Phát triển tâm từ bi:

Nhận thức về sự tương quan của mọi sự vật giúp phát triển lòng từ bi *và cảm thông với mọi sinh linh.*

Sống hòa hợp:

Khi hiểu rằng không có gì tồn tại độc lập, *con người sẽ sống hài* hòa *hơn với môi trường xung quanh và với những người khác.*

Tóm lại:

Tánh Không là một khái niệm sâu sắc và thực tế trong Phật giáo, *giúp con người vượt* ***qua ảo tưởng về sự tự tồn tại của cái tôi, từ đó đạt được sự bình an và giải thoát.***

HÀ NGUYÊN DU

Sep 15/24 (Sn Hali)

TIỂU LỤC THẦN PHONG

Nguyễn Thanh Hiền
Bút danh: **Tiểu Lục Thần Phong,** Du Tâm Lãng Tử, Hiền Nguyễn, Thanh Nguyễn, Đồng Thiện và Steven N
Sinh nhật: 1971
Hiện đang sống: **Georgia**
Viết bài thường xuyên cho: Chánh Pháp, Việt Báo, Thư Viện Hoa Sen, Trẻ, Ngôn ngữ, T-vấn, Văn chương Việt, Quán văn, All Poetry, New Viet Art, Thư Viện Phật Việt, Rộng Mở Tâm Hồn, Quảng Đức, Hoa Vô Ưu...
Tác phẩm đã in:
Giữa Con Đường Với Vết Trầm (thơ), Mộng Trùng Hoa (thơ), Em Vẫn Là Nỗi Đau Đời (thơ), Hoa Đào Năm Ấy (văn), Hạc Cầm (thơ), Kể Chuyện Mà Chơi (tập truyện), Chỉ Có Con Đường Đó Mà Thôi (văn), Mộ Hoa (thơ), Kìa Trúc Biếc Hoa Vàng (thơ), thơ tiếng Anh Silentspark – volume 3(E.book), Nặng Tợ Nghìn Cân (tập truyện), Có Ngờ Gì Không (ebook), Nặng Tợ Nghìn cân (tập truyện)

Tác phẩm in chung: Chánh Niệm Trong Đời Thường (văn), Tình Nghĩa Mẹ Cha (tuyển thơ), Thơ Tình Mùa Xuân (tuyển thơ), Thơ Tình Quê Hương (tuyển thơ), Thơ Tình Mùa Thu (tuyển thơ), Truyện ngắn chọn lọc (2023 – Nhân Ảnh), Dreaming of Ink (thơ tiếng Anh)
Tác phẩm chưa in: Theo Em Vào Giữa Giáo Đường,Việt Sử Ca, Chuyện Cũ Phù Dung Trấn (truyện dài), Hạc Hoa Thành, Bá Hộ Làng Cảnh Dương(tập truyện), truyện ngắn, Mãi Thôi Ở Giữa Con Đường, Khúc Trường Ca Hoa…, Ngày Tháng Năm Này (tùy bút, đang in bởi nxb Ananda

ĐẾN ĐI GIỮA ĐẤT TRỜI

Đã cuối xuân rồi mà khí trời còn mát mẻ lạ thường, hoa vạn thọ rực rỡ khắp mọi nơi, cái màu vàng cam tôn quý này dùng để dâng cúng cho thần linh. Hoàng hậu Maya bấm đốt ngón tay tính và đã thấy gần đến ngày khai hoa nở nhụy bèn vào cung:

- Tâu bệ hạ, thần thiếp đã sắp đến ngày lâm bồn, xin bệ hạ cho thần thiếp về nhà cha mẹ ở Koli

Vua Tịnh Phạn bước xuống ngai vàng đỡ hoàng hậu đứng dậy, ôm ấp vỗ về, nhìn nàng một cách trìu mến:

- Nàng hãy về nhà cha mẹ chờ ngày sinh nở, khấn nguyện thần Brahma gia hộ cho mẹ tròn con vuông

- Tâu bệ hạ, trước khi cấn thai, thần thiếp nằm mơ thấy voi trắng sáu ngà từ cung trời Đâu Suất bay xuống và chui vào hông phải, phải chăng điều này sanh thái tử xuất chúng?

- Ta đã đem giấc mơ của nàng thuật cho các tiên nhân trong thành Ca Tỳ La Vệ (Kalilavastu). Trong số họ có A Tư Đà là người xuất sắc nhất. Y bảo rằng con ta nếu tại thế sẽ là chuyển luân vương, vua của các vị vua, cầm bằng xuất gia tu đạo sẽ trở thành thánh nhân trong ba cõi. Dĩ nhiên là ta muốn thái tử sẽ nối ngôi vua, sẽ trở thành vị vua mạnh nhất trong thiên hạ.

Vua Tịnh Phạn xoa bụng, hôn và thì thầm với thai nhi:

- Con trai của ta ngoan nhé! Con là thái tử khôi ngô nhất xứ Tây Trúc, mai kia sẽ là vua thống lĩnh thiên hạ.

Nói xong vua Tịnh Phạn hạ lệnh cho quan lại, tùy tùng cùng nữ tỳ hộ giá đưa hoàng hậu về nhà cha mẹ nàng chờ ngày sinh nở.

**

Trời tháng Tư xanh biêng biếc, cỏ hoa hai bên vệ đường xanh mướt và tươi mát bởi khí xuân còn chưa tan. Chim muông véo von ca hót, từng bầy chim dạn dĩ bay theo xa giá của hoàng hậu Maya. Có những chú chim còn bạo dạn đậu trên tay nàng để mổ lấy những hạt kê, cứ mỗi vài trăm thước, hoàng hậu lại tung những nắm hạt kê vào hai bên vệ đường để chim ăn.

Hoàng hậu Maya đẹp như thánh nữ, mắt to tròn đen lay láy, tóc dài bóng mượt, dáng dấp như nữ thần Lakshmi. Mặc dù bào thai to như vậy nhưng điều ấy chẳng ảnh hưởng gì đến nhan sắc của hoàng hậu. Dường như có trợ lực từ các vị thần hay sao mà hoàng hậu không thấy mệt nhọc nặng nề như những thai phụ khác.

Kiệu của hoàng hậu đi ngang qua một khu vườn xanh tươi đẹp đẽ ở Lâm Tỳ Ni (Lum bini), trong vườn có những cây Sa La đang nở hoa, hương bay thơm ngát. Hoàng hậu bảo bọn thị tỳ:

- Này các em, vườn hoa đẹp quá, ta vào đây nghỉ chân một lát, hơn nữa trong người ta có vẻ khác lạ, dường như thái tử muốn ra khỏi bào thai.

Cả đoàn kéo vào khu vườn giăng màn, lập trại bằng chính những chiếc xà rông đầy màu sắc. Hoàng hậu Maya cảm nhận được sự chuyển động của thai nhi, nàng biết không còn kịp về đến nhà. Chỉ trong khoảnh khắc nàng đứng vin cành hoa Sa La thì thái tử đã xuất thai rồi. Trên không trung xuất hiện cầu vồng rực rỡ vắt ngang qua bầu trời, cả không gian bừng lên sáng lạn, dường như ánh sáng của nhật nguyệt và muôn vì tinh tú đồng hiện. Mười ngàn thế giới chấn động rùng rùng tựa như đại tượng bước chân xuống chiếc xuồng cỏn con. Vô số chư thiên từ các cõi trời: Đâu Suất, Dạ Ma, Hóa Lạc… cho đến Phi Tưởng, Phi Phi Tưởng cùng bay về Lâm Tỳ Ni rải mạn thù sa, ma ha mạn thù sa hoa cúng dường. Các Càn Thát Bà tấu khúc nhạc vang lừng… Trời người vô cùng hoan hỷ. Ngay cả vô tình chúng sanh như cỏ hoa cây lá và muôn loài động thực vật cũng rung động theo làn sóng hoan hỷ của con người. Duy chỉ có ma vương Ba Tuần thì hậm hực ra mặt, lòng y đầy lo toan và đố kỵ, vẻ mặt y hầm hè nhăn nhó, bình thường vốn đã khó coi, khi sự ghen tức sân hận tăng cao thì càng làm cho gương mặt y trở nên xấu xí và đáng sợ hơn. Y ngồi trên ngai vàng trong cung Bố Lạc mà lòng hoang mang cực độ:” Phải chăng thánh nhân xuất thế? Rồi đây lũ chúng sanh do ta cai quản sẽ theo người này mà thoát khỏi tay ta”. Đất chấn động sáu cách, mười ngàn thế giới chuyển khiến cho ma vương thêm kinh sợ và lo lắng.

**

Thái tử vừa ra khỏi thai mẹ, lập tức trên mặt đất xuất hiện bảy đóa sen lung linh mầu nhiệm như cấu thành tư ánh sáng của mười phương. Những đóa sen đẹp lộng lẫy chưa từng xuất hiện kể từ khi trời đất hiện tướng cho đến bây giờ. Thái tử bước nhẹ nhàng trên những đóa hoa sen kỳ diệu ấy, khi đến hoa sen cuối, thái tử chỉ trời và đất:" Thiên thượng thiên hạ duy ngã độc tôn".

Lúc này tin vui đã bay về kinh thành Ca Tỳ La Vệ, vua Tịnh Phạn vui mừng đến rơi lệ, cả triều thần và bá tánh trong thành cùng hân hoan. Ca Tỳ La Vệ lập tức khai hội tưng bừng, cờ xí bay phất phới, đèn hoa giăng khắp nơi. Ca Tỳ La Vệ chưa bao giờ đẹp và vui như hôm nay.

Đoàn xa giá của hoàng hậu quay về hoàng cung cùng với thái tử. Vua Tịnh Phạn hạ thánh chỉ đại xá trong vương quốc. Ngài đặt tên cho thái tử là Tất Đật Đa (Siddhartha) với hy vọng thái tử sẽ là người đạt được những gì kỳ vọng.

Niềm vui lớn chưa vơi thì hoàng hậu Maya vội bỏ thái tử mà đi. Vua Tinh Phạn đau buồn khôn xiết, tuy nhiên sau khi nghe các thầy tư tế bảo rằng:" Hoàng hậu có công mang thai và sanh đặng thánh nhân, phước báo này quá lớn nên bỏ báo thân để sanh về cõi trời rồi" thì lòng ông cũng nguôi ngoai. Tất Đạt Đa lớn lên trong sự yêu thương của vua cha và kế mẫu, thái tử được toàn thể triều thần và dân chúng mến mộ. Sự cung phụng cho thái tử cũng hết sức đặc biệt, không biết các cõi trời như thế nào chứ với thái tử thì thế gian này chẳng có ai được như thế.

Càng lớn thái tử càng khôi ngô tuấn tú, mặt mày sáng láng, tư chất thông minh, trí tuệ thiên bẩm. Bao nhiêu vị thầy giỏi trong thiên hạ được vời đến để dạy dỗ thái tử, các vị thầy thông tuệ ấy cũng chẳng mấy chốc cạn hết chữ nghĩa và vốn liếng để dạy. Thái tử đặt ra những nghi vấn mà bọn họ không làm sao trả lời được.

Thái tử Tất Đạt Đa tuy tuổi nhỏ nhưng lúc nào cũng trang nghiêm mực thước, đĩnh đạc đàng hoàng, luôn suy tư, chiêm nghiệm chứ không thích nô đùa như chúng bạn đồng trang lứa. Đặc biệt lòng thương người, thương vật của thái tử rất sâu đậm, ai ai cũng cảm nhận được điều này. Một ngày kia thái tử cùng người em họ ra ngoài thành chơi. Người này cũng xuất sắc không kém, văn võ song toàn, hắn dùng cung tên bắn rơi một con thiên nga đang bay qua bầu trời. Tất Đạt Đa cảm thương con vật, nhặt lấy để cứu nó. Người em họ thấy thế bèn đòi chim:

- Con chim này của đệ bắn hạ, trả lại cho đệ.

- Con chim này chẳng phải của đệ, không phải của ta, nó chẳng thuộc về ai cả.

- Nhưng đệ bắn trúng nó kia mà.

- Con chim chẳng hại ai, nó bay qua bầu trời như huynh đệ ta rong chơi, sao đệ lại bắn nó?

- Nó là loài vật

- Loài vật cũng có sinh mệnh, nó cũng biết đau, cũng ham sống sợ chết như chúng ta

- Chúng ta thuộc đẳng cấp Sát đế Lợi sanh ra tư miệng thần Brahma, là chủ nhân của muôn loài.

- Không, tất cả chúng sanh đều bình đẳng như nhau, mỗi loài đều có sinh mệnh và nghiệp riêng, không thể cậy mạnh hiếp yếu.

Dù nói thế nào đi nữa Tất Đạt Đa cũng không trả con chim, thái tử giữ lấy và chữa trị cho đến khi bình phục mới thả cho nó bay đi.

Sống trong cung vàng điện ngọc, có tất cả những thứ mà người thế gian mong cầu mơ ước. Đời sống tột đỉnh danh vọng và phú quý nhưng thái tử dường như chẳng quan tâm, chẳng tham gia tiệc tùng và chơi bời như những công tử khác. Thái tử thích ngồi trầm tư chiêm nghiệm. Một hôm thái tử gặp lão Samithawansha, một trưởng lão của Kỳ Na giáo. Ông ấy bảo:

- Tâu thái tử, ngài là bậc cao quý trong thiên hạ, mai này sẽ là nhân chủ, hà cớ gì ngài cứ suy tư chiêm nghiệm? Ngài hãy vui chơi tận hưởng mọi lạc thú của đời, dục lạc chính là mật ngọt vậy.

- Thưa trưởng lão, lạc thú có làm cho ta hết khổ đau chăng?

- Dĩ nhiên là không nhưng lạc thú làm cho đời sống hạnh phúc.

- Dục lạc có làm cho ta hết già, hết bệnh, hết chết chăng?

- Không, nhưng ta nên thọ hưởng dục lạc trước khi bệnh, già và chết. Phương pháp tu hành của ta giúp hành giả sau khi chết sẽ sanh lên các cõi trời để hưởng phước trời, sống dài lâu với dục lạc vi diệu của cõi trời.

- Thế khi hết phước cõi trời thì lại sanh về đâu?

- Cái này ta không biết

- Vậy thì cũng không ích lợi gì, vẫn phải già, vẫn phải bệnh vẫn phải chết như thường.

Nói xong thái tử ngồi yên trầm tư suy tưởng mặc cho lão Samithawansha bỏ đi.

Một ngày đầu hạ, thái tử lại ra ngoài thành chơi, lần này gặp một người hình dong cổ quái, tóc bện như đống dây thừng trên đầu, quần áo tả tơi, thân hình dơ dáy hôi hám. Ông ấy đứng một chân một chân co lại và ngửa mặt nhìn trời. Những người hiếu kỳ xung quanh bảo ông ấy ăn uống tiết chế gần như không ăn uống gì, không nằm, chỉ ngồi trên bàn chông hoặc gai đá. Ông ấy lại dùng roi da quật vào thân, dùng mũi nhọn xiên lình qua mép, môi, ngực, bụng, lưng…Ông ấy là trưởng lão Bhante Vijaya của nhón tu khổ hạnh, hành hạ thân xác để gột rửa mọi tội lỗi, thanh tịnh tâm hồn và khi chết sẽ được sanh về các cõi trời. Thái tử ngắm nhìn ông ta đã lâu và muốn hỏi han nhưng ông ấy không ngó xuống. Một người tự xưng là đệ tử nói:

- Thưa thái tử, sư phụ của tôi không nói đã nhiều ngày rồi.

- Ngươi có thể cho ta biết tại sao phải hành hạ bản thân như thế?

- Thưa thái tử, tu khổ hạnh phải như thế, có vậy mới gột rửa được tâm hồn nhơ bẩn, chuộc lại lỗi lầm trong quá khứ, là cách tiêu diệt bản năng dục lạc

- Thế tu vậy để làm gì?

- Sau khi chết sẽ sanh thiên hưởng phước báu.

- Ông nói sao? Từ chối phước báu đây để cầu phước báu kia há chẳng phải vọng tưởng sao!

- Thưa thái tử, phước báu trần gian ngắn ngủi giả tạm, phước báu cõi trời chân thật dài lâu.

- Hành hạ và đày đọa thân xác thì làm sao thanh tịnh được tâm?

- Vì khi hành hạ thì thân xác sẽ không còn cảm giác hưởng thọ khoái lạc, ngăn ngừa sự thèm khát dục lạc, tiêu diệt nhục dục nên tâm thanh tịnh

- Hành hạ và đày đọa thân xác có làm cho ta hết gì, hết bệnh, hết chết chăng?

- Thưa không, nhưng sau khi chết sẽ sanh thiên.

- Sau khi hết phước báu cõi trời thì sẽ sanh về đâu nữa?

- Thưa thái tử, điều này tôi không biết, có thể trở lại trần gian sanh vào hàng Bà La Môn, Sát Đế Lợi…

Đến đây thì thái tử rời bỏ lão Bhante Vijaya và đám đồ đệ của ông ấy để quay về hoàng cung. Thái tử đóng cửa phòng ngồi một mình suy gẫm lời nói và hành trạng của hai vị trưởng lão. Tất Đạt Đa thì thầm một mình:" Cả hai vị với phương cách trái ngược nhau nhưng cùng có mục đích sanh thiên, tuy nhiên cả hai đều không thể nào làm cho con người hết khổ, hết bệnh, hết già, hết chết được!"

**

Vua Tịnh Phạn thấy thái tử như thế thì trong lòng lo lắng lắm, ngài nhớ như in lời tiên tri của tiên nhân A Tư Đà. Ngài sợ thái tử sẽ xuất gia tu hành vì vậy dùng hết mọi phương chước để lung lạc thái tử từ bỏ ý niệm xuất gia. Ngài cho xây cung điện bốn mùa, cung cấp của ngon vật lạ, vàng bạc châu báu, mỹ nữ xinh đẹp… hòng làm cho thái tử mê đắm. Ngài còn hạ chỉ:" Hễ ai làm cho thái tử vui hưởng dục lạc sẽ được trọng thưởng". Nhà vua và cả triều thần đem hết khả năng để dụ hoặc thái tử nhưng xem ra không lay động được tâm thái tử. Tất Đạt Đa vẫn ngày đêm suy tư về cái khổ của kiếp người: Sanh khổ, già khổ, bệnh khổ, chết khổ, yêu thương mà cách biệt khổ, oán ghét ma chung đụng khổ, cầu mà chẳng được khổ, thân và tâm như lửa cháy khổ. Cái khổ sanh tử luân hồi từ lũy kiếp đến nay không làm sao vơi bớt. Tất Đạt Đa ngồi trầm tư tự nói với bản thân:" Ta là thái tử, nay mai sẽ là vua cai quản thiên hạ cũng không thể thoát khỏi những cái khổ này. Sanh lão bệnh tử như thế nào thì cũng phải chịu như thế đó, những nỗi khổ của kiếp người chẳng phân biệt giàu nghèo sang hèn. Những nỗi khổ từ vô lượng kiếp đến nay cần phải chấm dứt. Ta muốn tìm một con đường thoát khổ, hết sanh già bệnh chết. Xem ra phương pháp tu hành của hai vị trưởng lão Samithawansha và Bhante Vijaya không thể hết khổ được, cho dù có sanh thiên hưởng phước báo lớn nhưng khi hết phước lại phải đọa và lại sanh tử luân hồi, tu như thế phỏng có ích gì?"

Bất chợt trong phòng phảng phất mùi thơm của phấn son, một làn hơi ấm phả vào gáy thái tử, giọng nói ngọt ngào dịu êm rót vào tai thái tử:

- Này chàng thái tử trẻ trung đẹp trai. Chàng là thần tượng của lòng em cũng như của bao cô gái trên đời này. Chàng là biểu tượng sức khỏe, tuổi trẻ, quyền lực, danh giá và dục lạc. Thiếp nguyện đem thân này làm nô lệ cho chàng. Thiếp giúp chàng tận hưởng khoái lạc của đời người. Thiếp có ngón nghề đưa chàng lên đỉnh vu sơn cực khoái, trần gian này dễ mấy ai đạt được. Thiếp nguyện theo chàng suốt tháng năm, làm thỏa mãn bất cứ sự mong muốn nào.

Thái tử định thần lại thì nhận ra nàng Ràga, cô con gái của ma vương Ba Tuần. Nàng quả là xinh đẹp, quyến rũ và đầy nhục cảm, thế gian này hầu như không có ai có thể thoát khỏi sự cám dỗ của nàng. Nàng cùng với hai người chị là Tanha và Arati đều là trợ thủ đắc lực giúp ma vương Ba Tuần cai quản chúng sanh ở cõi Sa Bà. Thái tử nhìn nàng:

- Nàng có thể giúp ta hết khổ sanh lão bệnh tử được chăng?

- Thiếp không thể làm được điều đó. Thiếp chỉ có thể giúp chàng sống trong khoái lạc, sống hoan lạc trước khi già, bệnh, chết.

- Vậy thì hoan lạc có ý nghĩa gì khi đời quanh quẩn trong sanh già bệnh chết?

- Ai cũng phải sanh già bệnh chết, vì vậy ta mới tận hưởng khoái lạc, sống trong dục lạc.

- Càng hưởng khoái lạc thì càng trói buộc chặt trong sanh già bệnh chết.

- Sanh già bệnh chết là lẽ tự nhiên, là vòng sanh tử luân hồi, chàng suy nghĩ chi cho mệt.

Không đợi thái tử trả lời, nàng Ràga và nàng Tanha trút bỏ xiêm và múa những điệu gợi cảm, kích dục; những điệu múa quyến rũ mà người trần gian chưa hề thấy qua. Nàng ca những bản tình ca diễm tình với chất giọng mượt mà tha thiết khiến cho con tim người cứng rắn nhất cũng phải mềm nhũng đi. Mùi hương của nàng tỏa ra làm cho tính dục của con người bùng lên như lửa cháy, không một ai ngửi phải mà có thể kiềm chế nổi dục vọng trong người. Làn da của nàng mịn màng mướt mát. Bàn tay nàng dịu dàng ve vuốt… Nàng trổ hết mọi ngón nghề để quyến rũ thái tử nhưng xem ra công cốc. Tất Đạt Đa ngồi yên vững vàng như vách đá tường đồng, gió thổi không lay, nước chảy không động, sấm chớp không chuyển. Cả Ràga và Tanha thấy bất lực không thể làm được gì hơn nữa, sắc mặt đanh lại, quắc mắt nhìn thái tử lần nữa rồi biến đi nhanh như lúc đến. Căn phòng trở lại tịch tĩnh vô cùng.

**

Thái tử miên mật quán sát tấm thân, tuy hiện giờ nó đang trẻ, khỏe, sung mãn nhưng nó đang đi đến già bệnh chết, nó đang diễn biến trong từng phút giây. Nay nó ngon lành vậy nhưng khi tắt thở thì sẽ tím tái, sình trương, rữa thối và cuối cùng chỉ là những đốt xương rã rời. Tấm thân này chẳng có gì là quý, nó chỉ là cái đãy da hôi thối chứa đầy máu mủ và các chất hôi tanh ở bên trong. Cái tâm này thì vô thường sáng nắng chiều mưa, nay yêu mai ghét, nó khiến cho con người làm bao nhiêu chuyện vô minh. Các pháp của thế gian này cũng vô thường thành – trụ - hoại– không liên lỉ. Các cảm thọ chỉ là khổ, ngay cả cảm thọ lạc cũng đi đến khổ mà thôi. Tất cả chúng sanh và ta đã lên xuống trong ba cõi sáu đường với vô số lần sanh tử luân hồi.

Thái tử thấy chán ngấy sự sanh tử luân hồi, lần này là cơ hội cuối cùng để thoát khổ. Thái tử quyết tâm buông xuống để ra đi tìm cách khai phá một con đường sáng. Ngũ dục lục trần ngài xem như dép rách chẳng chút bận tâm. Duy có mối dây tình cảm là thứ bền chặt nhất, kiên cố nhất. Thế gian này chẳng có loại xiềng xích nào có thể bền chắc hơn sợi dây tình cảm. Tuy nhiên thái tử đã quyết rồi thì cũng phải cắt ái từ thân ly gia đoạn dục, thà khổ một lần này để rồi vĩnh viễn thoát khổ, ra khỏi sanh tử luân hồi.

Tất Đạt Đa cho gọi người hầu cận thân tín vào phòng:

- Này Sa Nặc (Chana) hãy chuẩn bị ngựa Kiền Trắc (Kanthaka) cho ta

- Thưa thái tử, ngài định đi đâu?

-Ta sẽ đi đến nơi cần phải đến, ta không đi thì ai có thể đi đây?

- Nhưng ngài đi đâu? Phải chăng…

Sa Nặc không dám nói hết câu, tâm tánh và hành trạng của thái tử thì Sa Nặc còn lạ gì. Cả kinh thành Ca Tỳ La Vệ này ai cũng biết chứ đâu riêng gì mình Sa Nặc, tuy nhiên Sa Nặc cũng như mọi người muốn giữ, muốn níu kéo thái tử lại. Việc đã đến thì phải đến, vua Tịnh Phạn, nàng Da Du Dà La (Yasodhara), La Hầu La (Rahula) hay con gái của ma vương Ba Tuần cũng không sao ngăn cản được. Sa Nặc lai hỏi:

- Ngài định bao giờ đi?

- Quá nửa đêm nay

**

Lúc bấy giờ thiên chủ cõi Phạm thiên bảo với các tiểu thiên vương:

- Đêm nay thái tử Tất Đạt Đa sẽ vượt thành để ra đi tìm con đường sáng cho hàng trời – người. Chúng ta sẽ trợ duyên bằng cách làm cho hoàng gia, triều thần và dân chúng thành Ca Tỳ La Vệ sẽ ngủ say để thái tử vượt thành được xuôi chèo mát mái.

Quá nửa đêm, thái tử vào nhìn nàng Da Du Đà La và La Hầu la lần cuối rồi cùng Sa Nặc vượt thành ra đi, nhân gian ngủ say như chết, không một ai hay biết. Vượt qua sông Anoma, thái tử cắt tóc và cởi bỏ trang phục thái tử trao cho Sa Nặc, căn vặn:

- Hãy về trao lại cho phụ hoàng của ta và nhắn rằng ta đã quyết tâm tầm sư học đạo để thoát khỏi sanh tử luân hồi, quyết khai phá con đường sáng giúp chúng sanh thoát khỏi sanh già bệnh chết. Nếu không thành thì sẽ không về.

Dặn dò xong, thái tử từ biệt Sa Nặc rồi dõng mãnh đi thẳng vào màn đêm mênh mông mịt mùng phía trước. Sa Nặc đứng nhìn thái tử cứ ngỡ một tia sáng đang xuyên qua lớp màn đen vô tận. Xa xa bầu trời đằng Đông dường như đang hắt lên ánh quang minh của một ngày mới.

Tiểu Lục Thần Phong
Ất Lăng thành, 0425

TIỂU LỤC THẦN PHONG
HỒ NGHI SẠCH LÀU

Đột nhiên vui quá vui chừng
Hồn phơ phất phướn bạt rừng dậy non
Ngút ngàn bờ bãi đồng hoang
Lấy thân xác ở giữa con đường này

Rõ ràng cao độ đà say
Bước chân vô thức nào hay chuyện gì
Vô cùng thiên hạ thị phi
Nội trong khoảnh khắc hồ nghi sạch làu

Cuồng lên cơn biếc xanh màu
Tâm kinh lặng thẩm vào sâu mấy tầng
Trùng trùng mây trắng muôn phần
Đất trời lồng lộng tâm thần mười phương

Sắc hoa rực rỡ ngoài vườn
Ba ngàn thế giới vẫn thường trụ quang
Như Lai pháp hội chưa tan
Bây chừ còn thoảng chiên đàn tịnh hương
Lãng Thanh

Ất Lăng thành, 0425

MẠN ĐÀ LA

Đạo Phật hình thành và phát triển suốt 26 thế kỷ qua, dòng Phật sử cũng như thế sử liên lỉ với những thăng trầm biến thiên. Phật giáo truyền đến đâu thì kết hợp với phong thổ, văn hóa, tập quán và căn cơ của người địa phương ấy mà hình thành nên những dòng truyền thừa khác nhau, trong các dòng truyền thừa ấy lại có nhiều tông môn pháp phái khác nhau nữa, tất cả cũng vì căn cơ của con người địa phương. Ngôn từ Phật giáo gọi là khế cơ khế lý. Mật tông hay còn gọi là Kim Cang thừa là một dòng truyền thừa đặc biệt. Mật tông khác với các dòng truyền thừa khác từ y phục, giáo phẩm, pháp khí, phương pháp hành trì và những phương tiện thiện xảo khác. Một trong những phương tiện thiện xảo ấy là Mạn Đà La

Tiếng Phạn Mạn Đà La có ý nghĩa là vũ trụ trong cái nhìn của bậc giác ngộ, là vũ trụ thu nhỏ, là trung tâm… Theo ý nghĩa của chữ Hán thì là vòng tròn đầy đủ (luân viên cụ túc). Hiểu một cách đơn giản nhất thì Mạn Đà La là đàn tràng bày pháp khí để các hành giả tu tập, trì chú, chú nguyện, tu luyện…Nếu muốn nói cho rõ hết ý nghĩa thì có lẽ phải viết thành sách chứ không thể trình bày trong một bài viết ngắn.

Mạn Đà La là đồ hình biểu tướng của vũ trụ, của thập pháp giới: Phật, Bồ Tát, Duyên Giác, Thanh Văn, Trời, Atula, người, súc sanh, ngạ quỷ và địa ngục. Thập pháp giới biến hiện từ một tâm. Hạt cải chứa núi Tu Di, Tu Di có hạt cải là vậy!

Mạn Đà La là phương tiện tu tập, hành trì của Phật giáo Tây Tạng, là tác phẩm nghệ thuật cao độ, có tính đối xứng, cân bằng, tuyệt đối chính xác. Khi tiến hành thiết kế Mạn Đà La, hành giả tập trung cao độ, tỉ mỉ, chính xác đến từng li. Thông thường để tạo tác một Mạn Đà La cần đến cả tuần lễ, mỗi ngày làm liên tục theo thời khóa công phu. Thời gian hoàn thành một còn tùy thuộc vào mức độ phức tạp của chi tiết hoa văn và kích cỡ. Trước khi kiến tạo Mạn Đà La, các vị sư làm sẵn cát mịn nhuộm màu, bốn màu cơ bản: xanh, vàng, đỏ, trắng tượng trưng cho bốn hướng Bắc, Nam, Tây, Đông; ngoài ra còn có nhiều màu khác do sự phối màu từ bốn màu căn bản. Các hành giả khi làm sẽ dùng những ống đồng có một đầu loe (để lấy cát) và một đầu có lỗ nhỏ xíu để cát chảy ra, trên thân ống đồng có hàng rãnh và các hành giả cà vào hàng rãnh ấy để cát chảy xuống. Trước khi kiến tạo Mạn Đà La phải thực hiện nghi lễ rất quan trọng và phải được một vị Guru cho phép. Suốt quá trình kiến tạo cũng là thời gian trì chú, nhiếp tâm, tu tập của các hành giả.

Mạn Đà La có nhiều loại khác nhau như: Thai Tạng Giới Mạn Đà La có ý nghĩa thụ động, tĩnh, tâm đại bi, là lý. Kim Cang Giới Mạn Đà La biểu tượng cho động, trí tuệ viên mãn, là trí. Ngoài ra còn phân biệt theo Đại Mạn Đà La (Maha Mandala) tượng trưng cho Phật, Bồ Tát. Tam muội Mạn Đà La (Samaya Mandala) tượng trưng cho hội chúng và pháp khí. Pháp Mạn Đà La (Dharma Mandala) tượng trưng cho văn tự lý giải. Yết Ma Mạn Đà La (Karma Mandala)

Mỗi một Mạn Đà La là một tác phẩm nghệ thuật cao độ, cực kỳ tinh tế, hết sức vi diệu. Là phương tiện thiện xảo tu học của truyền thống Phật giáo Kim Cang Thừa. Khi chiêm bái hoặc chỉ đơn giản là xem như một tác phẩm nghệ thuật đều gây ấn tượng mạnh đối với mọi người. Đôi khi đại chúng không hiểu biết ý nghĩa của Mạn Đà La nhưng trong tâm thức cũng tự động ghi nhận những dấu ấn Phật pháp. Lòng tôn kính, niềm tin là những điều rất quan trọng trong việc chuyển hóa tâm thức con người.

Mỗi Mạn Đà La như một vũ trụ thu nhỏ. Mỗi Mạn Đà La là một cách biểu thị ý nghĩa khác nhau thông qua những đồ hình, những chi tiết hoa văn, những biểu tượng...Kiến tạo Mạn Đà La để cúng dường chư Phật, chư Bồ Tát, chư hiền thánh tăng. Kiến tạo Mạn Đà La để cầu quốc thái dân an, phong điều vũ thuận, thế giới hòa bình, chúng sanh an lạc. Người chiêm bái Mạn Đà

La tin tưởng sâu sắc sẽ được sự gia trì của chư Phật, kiên cố tín tâm và bồ đề tâm. Kiến tạo Mạn Đà La và chú nguyện để chúng sanh giải thoát phiền não, sống tỉnh thức, trau dồi trí tuệ và trưởng dưỡng từ bi.

Để kiến tạo Mạn Đà La cần đến 5 hoặc 7 vị sư luân phiên làm liên tục xuyên suốt quá trình. Tất cả các vị sư ấy đều đã trải qua một quá trình tu tập lâu dài, có năng lực cũng như đầy đủ giới đức. Các vị sư này cũng cần có sự chấp thuận và gia trì của một vị Guru. Các vị sư tham gia kiến tạo Mạn Đà La phối hợp nhau rất nhịp nhàng, chính xác, khéo léo, tập trung cao độ. Khi thực hiện Mạn Đà La cũng chính là cách tôi luyện tâm ý, trì chú, niệm kinh…Sau khi Mạn Đà La hoàn thành sẽ để một thời gian ngắn cho đại chúng chiêm bái, trong thời gian Mạn Đà La trưng bày, các sư trì chú liên tục không gián đoạn. Đến ngày cuối cùng thì toàn bộ Mạn Đà La sẽ xóa đi, cả một tác phẩm nghệ thuật công phu cần đến cả tuần lễ để hoàn thành thì chỉ trong giây phút còn lại một nhúm cát màu. Điều này tượng trưng cho cái lý vô thường mà nhà Phật nói đến. Thế gian vô thường, thân tâm ta cũng vô thường, cho đến sơn hà đại địa, vũ trụ vô biên tế kia cũng đều biến hoại vô thường.

Năm nay chùa Hải Ấn có duyên lành được đón tiếp phái đoàn hoằng pháp của chư tăng Tây Tạng. Các vị sư này tỵ nạn ở Ấn Độ và tu tập tại chùa Drepung Loseling, đây là một tự viện lớn có đến hàng ngàn vị sư tuổi từ nhi đồng đến lão niên đang ngày đêm tu tập. Phái đoàn hoằng pháp của chùa Drepung Loseling có chín tuần ở Atlanta và sau đó sẽ đi các tiểu bang khác. Phái đoàn còn có lịch trình hoằng pháp ở Mexico. Một vị sư trong phái đoàn tên Tsewang Punchok vốn xuất gia từ năm 21 tuổi tại chùa Drepung Loseling cho chúng tôi biết các ngài kiến tạo Mạn Đà La Quán thế Âm để cúng dường và cầu nguyện cho khắp pháp giới chúng sanh sống trong trí tuệ và từ bi. Mạn Đà La sẽ để cho Phật tử và đồng hương quanh vùng đến chiêm bái trong một tuần, sau khi hoàn mãn thì Mạn Đà La sẽ được phá hủy và số cát kiến tạo Mạn Đà La sẽ cho Phật tử thỉnh đem về như phước lành.

Có lẽ đây là lần đầu tiên Phật tử quanh vùng được tận mắt chứng kiến những món pháp khí kỳ lạ của Phật giáo Tây Tạng: Kèn dài (Tung Chen), trống dẹp với màu sắc hoa văn rực rỡ (Ngia), những tù và, chùy kim cang…đặc biệt bộ cà sa màu huyết dụ và chiếc mũ vàng (phái hoàng mạo) như mũ của chiến binh La Mã (Mohawk). Khi các sư trì chú, họ vận hơi từ bụng và lồng ngực. Họ giữ hơi nơi cổ họng khiến âm thanh phát ra rền và trầm hùng khiến ngươi nghe chú dù không hiểu cũng cảm nhận tính chất linh thiêng kỳ bí vô cùng. Âm thanh trì chú rền cả Phật điện, nghe âm thanh ấy cứ ngỡ như gió thổi ù ù trên tuyết sơn, lại như sấm rền trên không trung. Khi các sư Tây Tạng trì chú, toàn thân tâm nhập vào câu thần chú, âm thanh như phát ra từ trong định. Thân các sư tại Phật điện nhưng thần thức như ở một cảnh giới khác chứ không phải tại nơi này!

Phật giáo Mật tông Tây Tạng cũng như văn hóa người Tạng còn rất huyền bí và cũng rất nhiệm mầu. Ngày trước, Tây Tạng gần như tách biệt với thế giới bên ngoài. Chỉ có một số hành giả và những nhà thám hiểm thâm nhập vào Tây Tạng mới khám phá ra. Từ ngày Trung Cộng xâm lăng, đức Dalai Lama và hàng triệu dân chúng, tu sỹ phải đi tỵ nạn ở Ấn Độ và nhiều nơi khác, từ đó thế giới mới biết nhiều hơn về Tây Tạng. Đức Dalai Lama và các tu sỹ Tây Tạng đã đẩy mạnh việc truyền bá Phật giáo Mật Tông ra khắp thế giới, đặc biệt nhất là truyền đến Âu – Mỹ. Cũng từ đây mà những Mạn Đà La được kiến tạo ở nhiều nơi để cúng dường cũng như để mọi người chiêm bái. Mạn Đà La không chỉ là phương tiện tu học, phương pháp hành trì mà còn là nét văn hóa đặc thù của văn hóa Tạng, Phật giáo Tạng, Phật giáo Kim Cang Thừa.

Tiểu Lục Thần Phong
Ất Lăng thành, 0325

HÀ NGUYÊN DU
TỈNH THỨC TRONG CÁI ĐẸP
CỦA HOA RƠI

(Viết cho tập thơ "Hoa Rơi Tỉnh Thức")

Có khi chỉ một cánh hoa rơi đủ làm tâm ta chấn động. Trong khoảnh khắc ấy, ta bỗng nghe rõ hơn tiếng thì thầm của đời sống: *Mọi hiện hữu, dù đẹp* đẽ *nhất, cũng* đang *đi về phía tàn phai.*

Thấy hoa rơi, là thấy vô thường; thấy vô thường, là chạm tới phận người. Từ đó, tâm thức đi qua nhiều tầng: Sợ hãi cái chết, ngậm ngùi trước bệnh tật và tuổi già, tiếc nuối vì chia ly với người thân yêu quý. Nhưng cũng chính từ khúc quanh ấy, một cánh cửa khác mở ra: TỈNH THỨC

Hoa rơi không chỉ để buồn. Hoa rơi là một **kệ ngầm**, *một dấu hiệu bí mật của trời* đất, *mời ta nhìn vào lẽ biến dịch.* ***Cái đẹp của hoa không chỉ nằm ở rực rỡ, mà*** còn ở ***rơi rụng****.* *Và tỉnh thức là nghệ thuật nhận ra cái đẹp của rơi rụng ấy*, để không lụy sầu mà nở được một nụ cười nhỏ.

Hoa và Rơi

Hoa – biểu tượng cho tuổi xuân, cho những khoảnh khắc sống động nhất của đời. Mỗi loài hoa, mỗi sắc màu, như một bản kinh vi diệu của tạo hóa. Nhưng hoa không thể giữ lâu. Một cơn gió nhẹ, một độ nắng hanh, một làn mưa sớm – thế là hoa lìa cành.

Rơi – không hẹn trước, không báo động. *Rơi nhắc ta về sự thật bất khả cưỡng*: Đời sống là **một dòng chảy liên tục sinh–diệt**. *Không gì neo giữ được, kể cả tình yêu, nhan sắc, quyền lực, hay sự hiện diện của người thân.*

Hoa và rơi, vì vậy, là một cặp ***song trùng của hiện hữu:*** *Rực rỡ để rồi tan biến, hiện hữu để rồi mất hút.*

Tỉnh và Thức

Nhưng nếu chỉ dừng ở hoa rơi, đời sống chỉ còn lại tiếc nuối. *Con người sẽ bị cuốn vào sợ hãi:* ***Sợ bệnh tật, sợ tuổi già, sợ cái chết.*** Sợ rời xa người thương. **Sợ chính mình bị quên lãng!!**

"Tỉnh" là khoảnh khắc tâm dừng lại. *Không chạy theo bi cảm, không trốn chạy, mà nhìn thẳng.*

"Thức" là nền tảng sáng tỏ bên trong, *mở ra nhận biết vượt qua mọi phân biệt.*

Nhìn hoa rơi trong tỉnh thức, *ta không còn thấy bi kịch, mà thấy một tiến trình tự nhiên:* **Hoa rơi** để **nuôi** đất**,** để **mùa khác nảy mầm**. *Con người cũng vậy: Chết không là hết, mà là một nhịp chuyển giao. Nỗi mất mát trở thành sự tiếp nối.* Từ sợ hãi, ta bước qua hiểu biết. Từ tiếc nuối, đưa ta đến biết ơn…

Đọc **hoa rơi như** đọc **chính mình**

Trong văn học nhân loại, hoa rơi luôn là một ám ảnh: -*Trong thơ Xuân Diệu*, hoa rụng là lời cảnh báo *"thời gian trôi mau".Trong Haiku Nhật Bản*, cánh anh đào rơi là biểu tượng trong sáng về cái chết**: Mong manh mà không bi lụy.** *Trong Phật học*, hoa rơi là bài pháp vô ngôn, dạy ta thấy *"hữu tướng giai hư vọng"*.

Ở đây: ***Hoa Rơi Tỉnh Thức quy tụ sáu tiếng nói trên diễn*** đàn ***VHNT hải ngoại,*** *mỗi người từ một cảnh* đời, *một* lưu lạc, *một kinh nghiệm thân phận riêng. Nhưng tất cả gặp nhau ở* điểm *chung:* Nhìn hoa rơi như nhìn chính mình…

Nỗi sợ và sự chuyển hóa:

Ai trong chúng ta cũng mang trong tim **ba nỗi sợ căn bản: Già – bệnh – chết.** *Thêm vào* đó *là* **nỗi** đau **chia ly:** *Mất quê, mất người, mất cả một phần ký ức.* **Hoa rơi làm sống dậy tất cả.** *Thế nhưng, như một* hành *trình thiền quán, nỗi sợ* có *thể* được *chuyển hóa:*

Nhận diện – gọi đúng tên nỗi buồn, không trốn tránh.
Thừa nhận – *cho phép nước mắt rơi, cho phép nỗi nhớ đi qua.*
Quán chiếu – *thấy rõ mọi thứ* đều có *duyên sinh duyên diệt.*
Buông xả – *trả người cho duyên, trả vật cho* đời, *trả chính mình cho vũ trụ.*
Biết ơn – *biết ơn cả mất mát, vì nhờ đó mà có trưởng thành.*
Đó là hành trình của hoa rơi tỉnh thức: ***Từ run rẩy đến an nhiên.***

Sáu giai điệu – một tâm thức

Tập sách này là sự hội ngộ của sáu "*Thi Nhân Văn Hữu Hải ngoại*". **Mỗi người là một "cửa thiền"** *khác nhau*: Có người nói bằng chất giọng yêu thương dâng hiến, có người trầm tĩnh như một dòng kinh, có người thấm đẫm hoài niệm, có người sáng rực trong thử nghiệm. Nhưng tất cả hòa chung trong một liên khúc nhạc không kém phần lôi cuốn: *Rơi mà sáng, Buông mà nhẹ, Mất mà* đầy!!

Dòng Văn chương Thi Phú ở đây không chỉ để ngợi ca cái đẹp, mà để làm công việc của minh triết: *Giúp người* đọc **dám đối diện** *với vô thường, và tìm thấy bình an trong chính mỹ cảm đó.*

Hoa rơi – một lời mời:

Tập thơ này không phải là một cuốn sách để đọc nhanh. ***Nó là một pháp thoại bằng chữ.*** *Mỗi bài thơ như một* hơi thở. Mỗi *khoảng trắng như một cánh rơi.* Đọc chậm, ta sẽ nghe được tiếng gọi thầm kín:

Tôi đang bấu víu vào điều gì?
Tôi có thể trả lại điều gì?

Tôi biết ơn điều gì?

Khi khép lại trang cuối, có thể bạn vẫn còn một giọt nước mắt. *Nhưng giọt nước mắt ấy đã nhẹ hơn, sáng hơn – như sương mai trên cành lá thu vừa rụng.*

Kết lời

Không ai trong chúng ta tránh được *một ngày hoa rơi!!*
Nhưng ta có thể **học cách rơi trong tỉnh thức:**
Rơi *mà không sầu khổ, rơi như một dâng hiến, rơi để trở về với* đất, để *sự sống tiếp tục tuần hoàn.*

Hoa Rơi Tỉnh Thức vì thế là một lời mời:
Hãy tập nhìn cái đẹp trong rơi rụng, hãy tập buông bỏ mà không tiếc nuối, hãy tập sống như một bông hoa **– nở hết mình, rơi cũng hết mình!!**

Mong người đọc khép sách lại với một nụ cười dù rất nhỏ – nụ cười của người đã thấy rõ:
Vô thường không cướp mất, vô thường chỉ nhắc ta biết yêu thương kịp thời.

HÀ NGUYÊN DU
09032025

MỤC LỤC

www.ingramcontent.com/pod-product-compliance
Ingram Content Group UK Ltd.
Pitfield, Milton Keynes, MK11 3LW, UK
UKHW021652120926
15112UKWH00038B/93

9 798349 543159